प्रतीक्षा

रणजित देसाई

मेहता पब्लिशिंग हाऊस

Please contact us at **Mehta Publishing House,** Pune 411030.
Email : production@mehtapublishinghouse.com
Website : www.mehtapublishinghouse.com

PRATIKSHA by RANJEET DESAI

प्रतीक्षा : रणजित देसाई / कादंबरी

Email : author@mehtapublishinghouse.com

© श्रीमती मधुमती शिंदे व श्रीमती पारु नाईक
मराठी पुस्तक प्रकाशनाचे हक्क मेहता पब्लिशिंग हाऊस, पुणे.

प्रकाशक : सुनील अनिल मेहता, मेहता पब्लिशिंग हाऊस,
१९४१ सदाशिव पेठ, माडीवाले कॉलनी, पुणे - ३०.

मुखपृष्ठ : बाळ ठाकूर

प्रकाशनकाल : जानेवारी, १९९४ / नोव्हेंबर, १९९७ / ऑगस्ट, २००२ / एप्रिल, २००७ / जानेवारी, २०१२ / डिसेंबर, २०१५ / पुनर्मुद्रण : मार्च, २०१७

P Book ISBN 9788177663341
E Book ISBN 9788184988550
E Books available on : play.google.com/store/books
www.amazon.in

१

हिमालयातील जंगलाने वेढलेल्या मुलखातून मिलिंद जात होता. समोरची किंचित अरुंद पायवाट तो कापीत होता. संध्याकाळ होत आली होती. जंगलातून जाणारी समोरची पायवाट केव्हा संपेल, असे त्यास झाले होते. आजूबाजूचे काही दिसत नव्हते. दुतर्फा आकाशाला भिडलेले देवदार, सुरूची वृक्षराई, त्यांचे सरळ उंच वाढणारे बुंधे आणि वर पाहावे, तेव्हा निळ्या आकाशाचा अरुंद पट्टा यांखेरीज काहीच नजरेत येत नव्हते.

बारा वाजल्यापासून तो सारखा चालत होता; पण अद्याप गोपालपूर नजरेत येत नव्हते. 'गोपालपूर!' फार फार तर तीन कोसांचे अंतर, त्याला सांगितले गेले होते. पाठीवरच्या प्रवासी किटचे ओझे त्याला जाणवू लागले होते. पायांतले बूट पावलांना चावत होते; पण अंधार पडायच्या आत आसरा शोधणे त्याला आवश्यक होते. पाठीवरच्या ओझ्याची अथवा चावणाऱ्या बुटांची पर्वा न करता तो वाटचाल करीत होता.

त्याच्या कानांवर पाण्याचा खळखळाट आला. थोडे अंतर जाताच वेगाने खळखळाटत जाणारी नदी त्याच्या दृष्टीसमोर आली. नदीच्या काठावर तो आला. सारे पात्र खळखळत होते. चौफेर पसरलेल्या वृक्षराजीतून वेगाने धावणाऱ्या या सौंदर्याला पाहून मिलिंद मोहीत झाला. क्षणभर त्याला आपल्या श्रमांचा विसर पडला. काही वेळ तो ते दृश्य पाहत तेथेच उभा राहिला. नदीच्या पैलतीरावर नदीने तुटलेली पायवाट पुन्हा चालू झालेली दिसत होती. पात्रात पाण्यावर दिसणारे दगड व त्यांवर आपटून उठणारी पाण्याची कारंजी पाहून प्रवाह खोल

नाही, याची मिलिंदला खात्री वाटत होती; पण पाण्याचा वेग त्याला भेडसावीत होता.

मिलिंद विचार करीत उभा असताना त्याला पाठीमागे चाहूल लागली.

त्याने वळून पाहिले.

तो आलेल्या जंगलातल्या वाटेवरून दोन वाटसरू दुडक्या चालीने येत होते. काठीचा आधार घेत ते वाट कापीत होते.

नजीक आल्यावर त्यांपैकी एकाने मिलिंदकडे पाहिले. त्याचा चेहरा घामाने डवरला होता.

मिलिंदकडे पाहून तो हसला आणि कपाळावरचा घाम टिपीत म्हणाला,

"का, बाबूजी, थकलात?"

"नाही, पण पलीकडे कसं जायचं, याचा विचार करीत होतो."

"हीच तर वाट. पाणी खोल नाही; पण अडी शोधायची, तर मात्र फार दूर खाली जावं लागेल. तिथे पूल आहे. कुठं जायचंय बाबूजी?"

"ही वाट चालेल मला."

"बाबूजी, तुमच्या हाती काठी नाही?"

मिलिंदने नकारार्थी मान हलवली.

"हे बरं नाही, बाबू. ह्या भागात काठीविना चालत नाही. ही घ्या काठी. सावकाश मागून या."

मिलिंदच्या हाती काठी देऊन तो इसम काही न बोलता पाण्यात शिरला. त्याच्यापाठोपाठ दुसरा प्रवासीही चालू लागला.

मिलिंदने गडबडीने बूट काढले. काठी व बूट एका हाती घेऊन दुसऱ्या हाताने आपली पँट उंचावून तो पाण्यात शिरला. पाण्यात लपलेले दगड निसरडे झाले होते. त्यांवर पाय टिकत नव्हता. पाठीवरच्या सामानाचेही ओझे सावरावे लागत होते. पायाने खालचे दगड चाचपडत, प्रत्येक पावलाची खात्री करीत, तोल सावरीत मिलिंद जात होता. पुढचे प्रवासी पैलतीरावर गेले, तरी मिलिंद पात्राच्या मध्येच होता. पैलतीरावरचा इसम ओरडून मिलिंदला सूचना देत होता. जेव्हा मिलिंद पैलतीरावर पोहोचला, तेव्हा त्या प्रवाशाचे लक्ष मिलिंदच्या पँटकडे लागले होते. मिलिंदच्या ते लक्षात येताच त्याने पँटकडे पाहिले.

"बाबू, आपली पाटलून भिजली ना?"

"भिजू द्या. पर्वा नाही." हातातली काठी ज्याची त्याला देऊन, भिजलेल्या पँटची टोके पिळीत मिलिंद म्हणाला,

"कोणता गाव?"

"गोपालपूर."

"किती लांब आहे येथून?"

"फार तर तीन कोस."

मुक्कामावरून निघतानाही हेच अंतर होते. आताही तेच अंतर, त्यात बदल पडणार नव्हता. पहाडी मुलखातील लोकांना नजीकचे अंतर तीन कोसांचे असते आणि ते दहा-पंधरा मैलही असू शकते, हे आतापर्यंतच्या प्रवासात मिलिंद शिकला होता.

"मग तुम्हाला मुक्कामाला जायला रात्र होईल ना?"

"हां, बाबूजी, होईल तर; पण पायांखालची वाट आहे. तुम्ही कुठे जाणार, बाबूजी?"

"तसा नक्की ठिकाणा नाही."

"मग चला ना गोपालपूरला."

"नाही, बाबा, तेवढी धमक राहिली नाही. त्यात अंधाऱ्या वाटेवरून यायला जमायचं नाही." खिन्नपणे हसत मिलिंद म्हणाला, "पायांखालची वाट नाही ना!"

"खरं आहे, बाबूजी!" विचारात पडलेला तो इसम म्हणाला.

"पण इथं जवळपास कुठं वस्तीचं ठिकाण नाही का?"

"आहे ना! त्याचाच विचार करीत होतो. ही वरची वाट आहे ना..."

मिलिंदने पाहिले.

समोरची वाट सोडून एक वाट जंगलात शिरली होती.

तिच्याकडे बोट दाखवीत तो म्हणाला,

"ह्या वाटेनं जा. थोडं अंतर गेलात, की विश्राम मठ दिसेल तुम्हाला."

"थोडं अंतर... म्हणजे?" तो हसला.

"नाही, बाबूजी, अगदी नजीक आहे."

"काय आहे तिथं?"

"गिरिधारीचं मंदिर आहे. बाबा आहेत. गेलात, तर बाबांना माथुरचा प्रणाम सांगा."

“सांगेन.”

“बाबूजी!”

“काय?”

“सिगारेट आहे?”

मिलिंदने खिसे चाचपले. सिगारेट पेटी काढली. दोघांनी सिगारेट घेतली. मिलिंदने काड्यांची पेटी दिली. सिगारेट पेटवून ते दोघे चालू लागले. तोच मिलिंदने हाक दिली. ते दोघेही थांबले.

दोन पावले पुढे होऊन मिलिंदने सिगारेटची डबी माथुरच्या हाती दिली. खिसे चाचपत आणखी एक डबी दुसऱ्याच्या हाती दिली.

“बाबूजी, तुम्हाला कमी पडतील ना? इथं सिगारेट मिळायची नाही.”

“नको मिळू दे. नसली, तरी चालेल मला.”

“उपकार झाले, बाबूजी.” माथुर म्हणाला, “बाबूजी, आपलं नाव?”

“मिलिंद...”

“कोणता मुलूख?”

“दक्षिण.”

“येतो, बाबूजी. गोपालपूरला आलात, तर या.”

“बरं!”

दोघे दिसेनासे झाल्यावर मिलिंद वळला. नदीच्या पात्राचा खळखळाट सोडला, तर सर्वत्र नीरव शांतता होती. एका दगडावर बसून मिलिंदने बूट चढवले आणि माथुरने दाखवलेली वाट धरली. मिलिंदला आजूबाजूला पाहण्याचे भान राहिले नव्हते. सारे शरीर थकून गेले होते. पाऊलवाटेवर नजर ठेवून तो जात होता.

अचानक झाडी संपली. समोरच्या दृश्याने मिलिंद जागच्या जागी खिळून उभा राहिला.

समोरचा भूप्रदेश एकदम मोकळा होता. चारही बाजूंनी जंगलाने वेढलेला एवढा विस्तृत मोकळा मुलूख त्याने कैक दिवसांत पाहिला नव्हता. त्या मोकळ्या प्रदेशाच्या मध्यभागी एक उंच टेकडी होती. त्या टेकडीचा माथा तटाने बंदिस्त होता. उभी, वरपर्यंत गेलेली चिंचोळ्या पायऱ्यांची वाट त्या तटापर्यंत पोहोचली होती. टेकडीच्या उतारावर

देवदाराचे तुरळक वृक्ष दिसत होते. आजूबाजूचा सर्व मुलूख मोकळा, निर्मनुष्य होता. दूरवर पसरलेल्या जंगलाच्या पार्श्वभागी नगाधिराजाची हिमाच्छादित शिखरे दिसत होती.

त्या दृश्याकडे पाहत मिलिंद तेथेच काही क्षण थांबला. त्याच वेळी त्या नीरव शांततेचा भंग करीत एक गंभीर घंटानाद उठला. त्या टेकडीच्या माथ्यावरूनच तो नाद येत होता. या नादाने मिलिंद भानावर आला. सूर्यप्रकाशही कमी कमी होत होता.

मिलिंदने एक जोराचा श्वास घेतला आणि तो पायऱ्या चढू लागला.

माथ्यावर पोहोचेपर्यंत त्याचे पाय अगदी थकून गेले. समोरच्या पायऱ्या त्याला अस्पष्ट दिसत होत्या. अद्यापि घंटेचे निनाद घुमत होते.

मंदिराच्या प्रवेशद्वाराजवळ येताच मिलिंद क्षणभर थांबला. त्याने सुटकेचा नि:श्वास टाकला आणि आत डोकावून पाहिले.

त्या अस्पष्ट प्रकाशात आत उभे असलेले मंदिर दिसत होते. त्यातून तो नाद बाहेर पडत होता.

मिलिंद आत गेला.

चारही बाजूंना ओवऱ्यांची जागा होती. मधल्या विस्तीर्ण चौकात ते मंदिर उभे होते.

मिलिंद तेथल्या कट्ट्यावर बसला. बसल्या बसल्याच त्याने पाठीवरच्या बोज्याचे खांद्याला अडकविलेले पट्टे मोकळे केले. पाठीवरचे ओझे खाली सरकताच मिलिंदला केवढे तरी समाधान वाटले. त्याने आपले बूट काढले. बोटे हलवून मोकळी केली आणि तो तेथेच बसून राहिला. मंदिरातून उठणारा घंटानाद तो ऐकू लागला. त्या नादाबरोबरच अस्पष्ट पण गोड आवाज त्याच्या कानांवर येत होता.

मिलिंद जाग्यावरून उठला. त्याने एकवार देवळाकडे नजर टाकली आणि देवळाच्या दिशेने पावले उचलली. पायऱ्या चढून तो वर गेला. देवळाच्या प्रवेशद्वाराजवळ तो थांबला...

आतला गाभारा बराच प्रशस्त दिसत होता. प्रवेशद्वारापासून थोड्या अंतरावर एक व्यक्ती घंटा वाजवीत होती. त्या व्यक्तीच्या मानेवर पांढरे केस रुळत होते. अंगात भगवी कफनी दिसत होती.

गाभाऱ्यात असलेली अडीच-तीन फूट उंचीची कृष्ण-राधेची मूर्ती पाहणाऱ्याची नजर खिळवून ठेवीत होती. शुभ्र संगमरवराची ती मूर्ती

बाजूच्या प्रकाशमान झालेल्या समयांच्या ज्योतींमुळे उजळली होती. बासरी वाजवणाऱ्या कृष्णाच्या खांद्यावर राधेची मान विसावली होती.

त्या मूर्तीसमोर एक स्त्री आरती घेऊन उभी होती. आरतीच्या चरणाबरोबर आरती ओवाळली जात होती.

अत्यंत सुरेल आवाजात घंटेच्या साथीवर उठणारे आरतीचे सूर मिलिंदला गोड वाटत होते. त्या दृश्याने त्याचा श्रमपरिहार झाला. त्या आरतीला एका टाळाची पण साथ होती. तो सूक्ष्म किणकिणाट कोठून येतो, हे पाहण्यासाठी मिलिंदने आत डोकावले.

एका बाजूला एक सात-आठ वर्षांचा मुलगा डोळे मिटून टाळांचा झणकार करीत होता.

आरती संपली. घंटा थांबली. टाळ ऐकू येईनासा झाला.

त्या स्त्रीने एकवार देवाला ओवाळले. ती वळली. निरांजनाच्या शांत प्रकाशात त्या स्त्रीचे जे दर्शन झाले, त्याने तो चकित झाला...

उंच, सडसडीत बांध्याची, गौरांगी अशी ती तरुणी आरती घेऊन पुढे येत होती. तिच्या चेहऱ्यावर मिलिंदची दृष्टी खिळून राहिली होती. तिचे धारदार नाक, रेखीव ओठ निरांजनाच्या उजेडात नजरेत भरत होते.

चार पावले टाकताच तिची दृष्टी वर वळली. ते विशाल, काळेभोर नेत्र प्रवेशद्वारी उभ्या असलेल्या मिलिंदवर क्षणभर विसावले आणि दुसऱ्याच क्षणी तिची नजर खाली वळली. गडबडीने तिने डाव्या हाताने पदर सारखा केला आणि हातातली आरती तिने घंटा वाजविणाऱ्या व्यक्तीसमोर धरली. त्या व्यक्तीने आरतीचा स्वीकार केला आणि मागे वळून विचारले,

"कोण?"

त्या ललनेच्या दृष्टीवरून, दारी कोणी तरी उभे असल्याचे त्या व्यक्तीला जाणवले असावे. मिलिंद आपल्या जागेवरूनच म्हणाला,

"मी एक प्रवासी."

"आत या ना."

मिलिंद आत गेला. त्या स्त्रीने त्याच्यापुढे आरती केली. तिचा स्वीकार करताच ती वळली. देवापुढे आरती ठेवून, तिने त्या व्यक्तीला वाकून नमस्कार केला आणि बाजूच्या दारातून ती बाहेर पडली.

मिलिंदने नजर वळवली.

ती व्यक्ती त्याच्याकडे पाहत होती.

पहिली कोणती गोष्ट मिलिंदच्या नरजेर भरली असेल, तर त्या व्यक्तीचे तेजस्वी डोळे. त्या डोळ्यांत खेळणारा हसरा भाव, भव्य कपाळ, सरळ नाक, छातीवर रुळणारी पांढरी शुभ्र दाढी. ती व्यक्ती मिलिंदकडे पाहत होती.

भगवी छाटी नेसलेल्या त्या उंच्यापुऱ्या व्यक्तीकडे पाहत असताना मिलिंदला माथुरच्या शब्दांची आठवण झाली.

ती व्यक्ती म्हणाली,

"चला."

दोघेही मंदिराच्या बाहेर आले. तो संन्यासी पुढे जात होता. मिलिंद मंदिराच्या पायऱ्या उतरताच संन्यासी उजव्या बाजूला वळला. अंधारामुळे मिलिंद चाचपडत जात होता. प्रकाश दिसू लागला. मिलिंदने वर पाहिले.

समोरच्या ओवरीवर दिवा प्रकाशित झाला होता. तेथे असलेली धुनी, जवळच पसरलेली दोन कृष्णाजिने पाहताच ती संन्याशाची जागा आहे, हे मिलिंदने तेव्हाच ओळखले. जागा मोठी प्रशस्त व स्वच्छ होती.

"या, वर या."

मिलिंद पायऱ्या चढून वर आला. रात्री झोपेसाठी कोणता कोपरा पकडावा, याचा तो विचार करीत होता.

"बसा ना."

मिलिंद कृष्णाजिनावर बसला. तो संन्यासी काही न बोलता धुनी प्रज्वलित करण्याचा प्रयत्न करू लागला.

मिलिंद म्हणाला,

"स्वामीजी!"

"मी स्वामी नाही. सारे मला 'बाबा' म्हणतात. नाही तर आनंद म्हटलंत, तरी चालेल."

"...फार रात्र झाली. पुढचा रस्ता माहीत नव्हता. वस्तीचं ठिकाण शोधत होतो, तेव्हा ही जागा समजली. जवळपास चट्टी नाही, असंही कळलं. तेव्हा दोन दिवस जर इथं आश्रय..."

"नाव काय तुमचं?"

"मिलिंद."

"मिलिंदबाबू..."

"आपण मिलिंदच म्हणा."

"ठीक आहे. मिलिंद म्हणेन. हे बघ, मिलिंद, आपण सारे प्रवासी. ना मी इथला धनी, ना माझी इथं सत्ता. सत्ता आहे इथं, ती गिरिधारीची. तू हवे तितके दिवस इथं राहू शकतोस, अगदी हक्कानं."

"उपकार आहेत आपले!"

"माझे नव्हे, गोपालाचे. मीही तुझ्यासारखाच एक प्रवासी! पण तुला हा पत्ता कसा समजला?"

"वाटेत एक प्रवासी भेटला. माथुर त्याचं नाव. त्यानं प्रणाम कळवलाय् आपल्याला."

"माथुरऽ! हां, हां, गोपालपूरचा!"

"हो!"

"ठीक. ठीक! नाहीतर सहसा अनोळखी प्रवाशाला हा पत्ता सापडणं कठीणच!"

त्याच वेळी तो मुलगा तेथे आला.

बाबा म्हणाले,

"बेटा राहुल, नंदिनीला म्हणावं, पाहुणे आलेत. त्यांची खोली तयार ठेव."

"तेच करतेय् आई."

"अस्सं!" आणि मिलिंदकडे वळून ते म्हणाले, "मिलिंद, तुझं सामान..."

"तिथं प्रवेशद्वाराजवळ..." मिलिंद उठत म्हणाला.

"बैस. बैस. उठण्याची गरज नाही. राहुल बेटा, ते सामान मेहमानांच्या कोठडीत ठेव पाहू."

"जी!" म्हणत राहुल पळाला.

बाबांनी विचारले,

"कुठं यात्रेला चाललात?"

"नाही."

"मग?"

"सहज फिरतो आहे."

"कलावंत आहात, वाटतं?"

"नाही. का?"

"ह्या हिमालयात तीन तऱ्हेची माणसं येतात. संन्यासी, यात्रेकरू आणि कलावंत..."

"बाबा, मी ह्या तिन्हींपैकी एकही नाही. या तिन्हींखेरीज कोणी येतच नाहीत?"

"हो! आणखी काही येतात. शोधक. जे जीवनातील वाट चुकलेत, ते."

"मग माझी गणना त्यांतच करावी लागेल."

"बाबा!"

बाबांनी वळून पाहिले. मागे राहुल उभा होता.

"काय बेटा?"

"ह्यांची कोठी तयार आहे."

मिलिंदकडे वळून बाबा म्हणाले,

"जा, थोडी विश्रांती घे. म्हणजे श्रमपरिहार होईल."

मिलिंद उठला आणि राहुलच्या पाठोपाठ देवळाच्या दुसऱ्या ओवरीकडे गेला.

राहुलने सांगितले, त्यात काही खोटे नव्हते.

खोली झाडून लोटून स्वच्छ केली होती. खाटल्यावर बिछायत अंथरली होती. पांघरण्याचे वस्त्र पायांशी ठेवले होते. एक कांबळीही घडी करून ठेवली होती. त्याखेरीज खोलीत एक चौपाई होती.

अशा ठिकाणी एवढी स्वच्छता व सोय मिलिंदने अपेक्षिली नव्हती.

बाहेरच्या कट्ट्यावर ठेवलेल्या घागरीतील पाणी घेऊन त्याने हातपाय धुतले. राहुल थरथरणारी चिमणी घेऊन उजेड दाखवीत होता. हातपाय धुवून तो खोलीत गेला. चौपाईवर राहुलने चिमणी ठेवली. त्याच वेळी दरवाजात काकणांचा आवाज झाला. ती तरुणी आत आली.

चौपाईवर हुक्का ठेवीत ती म्हणाली,

"बाबूजी, आपला हुक्का ठेवलाय्..."

"आभार!"

ती वळली. मिलिंद म्हणाला,

"हे पाहा..."

"काय?"

बिछायतीकडे बोट दाखवीत मिलिंद म्हणाला,

"ह्याची गरज नव्हती. माझं पांघरायचं आहे माझ्या सामानात."

"राहू दे. त्याची गरज लागायची नाही. त्यामुळं कुणाची अडचणही व्हायची नाही. आपल्याला आणखीन काही हवं आहे का?"

"नको."

"राहुल! चल. बाबूजींना थोडी विश्रांती घेऊ दे."

दोघेही निघून गेली.

मिलिंदने त्या खाटल्यावर अंग टाकून दिले. गेल्या वर्षात झोप लागली होती, की नव्हती, असे त्याला वाटत होते. पाहता पाहता त्याचा डोळा लागला...

■

२

सकाळी मिलिंद जेव्हा जागा झाला, तेव्हा बाहेर उन्हे फाकली होती. त्याच्या खोलीचे दार पुढे ओढले होते. चौपाईवरची चिमणी चौपाईवर दिसत नव्हती. मिलिंदने घड्याळाकडे पाहिले. घड्याळात सहा वाजले होते. त्याने मनगट कानाजवळ नेले. घड्याळ बंद होते.

एकवार अंग ताणवून तो उठला. खोलीवरून त्याने नजर फिरवली. खोली छोटीशीच होती; पण अत्यंत व्यवस्थित होती. खालची जमीन स्वच्छ सारवलेली होती. मिलिंद उठला आणि त्याने खिडकी उघडली. वारा त्याच्या अंगाला झोंबत आत शिरला; पण खिडकीतून दिसणाऱ्या दृश्याकडे पाहत असताना ते त्याला जाणवलेदेखील नाही.

उन्हाच्या किरणांत सारा मुलूख उजळून गेला होता. त्या खिडकीखाली एकदम तुटलेला टेकडीचा भाग होता. तेथून खालवर पसरलेला हिरवागार मुलूख, त्यावर अधूनमधून मोहोराने डवरलेले देवदार वृक्ष, सुरूंची निमुळती हिरवीगार टोके दिसत होती. टेकडीच्या पायथ्याला बिलगून जाणारा नदीचा पट्टा किती शांत वाटत होता! नदीपात्राच्या पैलतीराला दाट जंगलाचा विस्तार पसरलेला होता. दूरवर बर्फाच्छादित शिखरे पांढऱ्या ढगांना आधार देत उभी होती.

ते दृश्य मोठे मोहक होते.

अचानक आलेल्या वाऱ्याच्या झुळकेबरोबर खोलीत सुगंध दरवळला.

मिलिंदने खिडकीबाहेर डोकावले. खिडकीलगतच देवदार वृक्ष उभा होता. त्याचा मोहोर दरवळत होता. खाली लांबवर गेलेला त्याचा

बुडखा सरळ उतरला होता. मिलिंदच्या मनात आले, की जर तो वृक्ष थोडा नजीक असता, तर उतरण्याला केवढी सोपी सोय होती. निदान निम्म्या टेकडीचा उतार तरी वाचला असता. त्या कल्पनेने त्याला हसू आले. तो खोलीबाहेर आला.

बाहेर येताच त्याने ओवरीवर नजर टाकली.

ओवरी मोकळी होती. कट्ट्यावर पाण्याची घागर भरून ठेवली होती. त्यावर एक रिकामा गडवादेखील होता.

मिलिंदने चूळ भरली आणि तो ओवरीच्या पायऱ्या उतरला. काल त्याने जी कल्पना केली होती, त्याहीपेक्षा देवळाचे आवार मोठे होते.

मिलिंदच्या खोलीनजीक आणखी एक खोली होती. त्या खोलीची खिडकी उघडी असलेली पाहून मिलिंदला कुतूहल वाटले. त्याने त्या खिडकीतून डोकावले.

खोली संपूर्ण रिकामी होती.

मिलिंद तसाच पुढे गेला. चारही बाजूंनी ओवऱ्यांनी बंदिस्त असलेल्या त्या चौकामधील देवालय मोठे रेखीव होते. फारशी कलाकुसर केलेली नसतानाही देवालयाची घडण मोठी नाजूक वाटत होती. काळ्याभोर दगडांनी ते देवालय घडविले होते. देवालयाच्या समोर जाताच मिलिंदला बाबांची आठवण झाली. त्याने ओवरीवर नजर टाकली. बाबा कट्ट्यावर बसून मिलिंदकडेच पाहत होते. तेथे जाताच मिलिंदने त्यांना नमस्कार केला.

''झाली झोप?''

''हो!''

''बैस!''

मिलिंद कट्ट्यावर बसला. तो म्हणाला,

''मला उठायला उशीर झाला, नाही?''

''तसं काही नाही. झोप हे परमेश्वराचं वरदान आहे. फक्त उपभोगता आलं पाहिजे.''

''किती वाजले?''

''किती वाजले!''

''माझं घड्याळ बंद पडलंय. काल किल्ली द्यायला विसरलो.''

''ठीक केलंस. इथं वेळ मोजायची, ती फक्त दोनच पद्धतींनी. दिवस आणि रात्र. इथं वेळ पाहायची गरजही भासत नाही.''

मिलिंद हसून म्हणाला,

"खरं आहे!"

त्याच वेळी राहुल तेथे आला. त्याने तांबूस दिसणाऱ्या गरम पेयाचा वाडगा आणला. तो वाडगा मिलिंदसमोर ठेवून राहुल बाजूला उभा राहिला.

बाबा म्हणाले,

"मिलिंद, तुला कदाचित चहाची सवय असेल. इथं चहा मिळायचा, तो असाच! इथं कमतरता आहे, ती फक्त दुधाची. तेवढी मात्र एकच गोष्ट इथं मिळू शकत नाही. हे पेय तुला आवडेल, अशी माझी खात्री आहे."

मिलिंदने तो पेयाचा वाडगा तोंडाला लावला. आंबट-गोड असे ते पेय होते. ते गरम पेय पोटात जाताच मिलिंदला किंचित बरे वाटले.

"आवडला चहा?"

"छान आहे."

"पण हा चहा नाही. हा वनस्पतीचा काढा आहे. मोठा उत्साहवर्धक!"

काढा पिऊन होताच तो रिकामा वाडगा घेण्यासाठी राहुल तेथे आला. त्याने विचारले,

"बाबा, बाबूजी गरम पाण्यानं आंघोळ करणार?"

"नाही. मी थंड पाण्यानंच आंघोळ करतो." मिलिंद म्हणाला, "नदीवर जाईन मी."

"पण सवय आहे का? नाही तर पाणी गरम करण्याचा प्रबंध केला जाईल इथं."

"नको."

"ठीक!" बाबा म्हणाले, "केवढाही गारठा असला, तरीदेखील नदीचं पाणी बाधत नाही. आता तर हवा छान आहे. त्यामुळं काहीच त्रास होणार नाही आपल्याला."

"मी नदीवर जाऊन येऊ?"

"ये ना..." बाबा म्हणाले, "तो वाडगा ठेवून, राहुल बेटा, बाबूजींच्या बरोबर नदीवर जाऊन ये."

राहुल पळत गेला आणि तसाच पळत आला.

मिलिंद उठला आणि राहुलबरोबर बाहेर पडला. काही वेळ कोणीही काही न बोलता पायऱ्या उतरत होते.

मध्येच मिलिंदने विचारले,

''राहुल!''

''काय, बाबूजी!''

''त्या बाईजी आहेत, त्या कोण?''

''माझी आई.''

''नंदिनी?''

''हो!''

''मग तुझे बाबा कुठं आहेत?''

''व्वा! बाबूजी, तुम्ही ज्यांच्याशी बोलत होता, तेच माझे बाबा.''

''मी बोलत होतो, ते तुझे बाबा?'' मिलिंदने थांबून विचारले.

''हो! का?''

''काही नाही. चल.''

दोघे भरभर पायऱ्या उतरत होते.

आजूबाजूला एवढे सृष्टिसौंदर्य; पण मिलिंदचे मन कुठेच रमत नव्हते.

जेव्हा तो नदीवरून राहुलसह परत आला, तेव्हा सूर्य बराच वर
आला होता. उकाडाही वाटत होता. मिलिंद सरळ बाबांच्याजवळ
जाऊन बसला.

''वा! स्नानही झालं? छान!'' बाबा म्हणाले.

राहुल आला. त्याने थाळी आणली होती. त्यात तिखट सांजा
होता. तो मिलिंदसमोर ठेवीत राहुल म्हणाला,

''आईनं दिलंय्...''

''माझ्यासाठी?''

''त्याचं असं झालं, मिलिंद, काल रात्री भोजनासाठी उठवण्यास मी
आलो होतो; पण तुला अगदी गाढ झोप लागली होती. थकल्या
शरीराला भोजनापेक्षाही निद्रेची अधिक गरज होती, असं मला वाटलं,
तेव्हा मी उठवलं नाही. त्यामुळं नंदिनीनं हे पाठवलं असेल, घे.''

''आणि आपण?''

''मी घेत नाही. संकोच करू नको. घे.''

मिलिंदने तो सांजा संपवला. राहुलने आणलेले पाणी तो प्यायला.

राहुल जाताच बाबांनी विचारले,

“मिलिंद, आवडली आमची जागा?”
“छान आहे जागा. बाबा, एक विचारू?”
“विचार ना!”
“राहुल म्हणत होता, की नंदिनी त्याची आई, म्हणून.”
“खरंच आहे ते.”
“आणि आपण त्याचे बाबा...”
बाबा मनमोकळेपणे खदखदून हसले. त्यांच्या हसण्याने ओवरी घुमत होती. डोळ्यांत पाणी येईपर्यंत ते हसत होते.
विस्फारित नेत्रांनी मिलिंद त्यांच्याकडे पाहत होता.
शेवटी डोळे टिपून बाबा एकदम गंभीर झाले. ते म्हणाले,
“खरं आहे, मिलिंद. मी राहुलचा बाबा आहे. तसाच नंदिनीचाही!”
“मग राहुलचे वडील कुठे आहेत?”
“मिलिंद, या प्रश्नाचं उत्तर हवंच आहे का? जगात अशा अनेक गोष्टी असतात, की ज्या समजून शेवटी दुःखच पदरी पडतं.”
“नाही, मी सहज विचारलं.”
“त्यात काहीच बिघडलं नाही; पण इथं जी माणसं येतात, ती बहुधा संसारात थकलेली, शिणलेली असतात. एकांतवासाचा आश्रय करतात. देवाच्या दाराशी धाव घेतात. त्यांचं दुःख मोठं तीव्र असतं. ते जाणून घेण्यानं ते दुःख कमी होण्यापेक्षा त्याच्यावरची खपली निघण्याचीच अधिक शक्यता असते. मी एवढंच सांगतो, की नंदिनी दुःखी आहे; एकाकी आहे. तिचं दुःख न समजावून घेण्यातच तिचं समाधान आहे. जरी यदाकदाचित तिचं दुःख समजलं असलं, तरी तिला ते न जाणवू देणं हेच तिच्या दृष्टीनं हिताचं आहे.”
“पण मनाचं दुःख कुणापुढं तरी मोकळं केल्याविना हलकं होत नाही, म्हणतात ना?” मिलिंदने विचारले.
“कुणापुढं तरी नव्हे! आपल्या माणसापुढं! जो दुःख जाणू शकेल, उपभोगू शकेल, अशाजवळ; पण ज्यांना असं माणूस मिळत नाही, ज्यांचं दुःख एकाकी असतं, त्यांना ते उराशी कवटाळून जतन करण्यापलीकडे उपायच नसतो!”
“आणि त्यासाठी अशा जंगलाचा आश्रय करायचा? त्यानं का दुःख हलकं होतं? त्यानं का माणसांचे प्रश्न सुटतील?”

"हाच प्रश्न मी तुला विचारला असता तर?" त्याच्याकडे रोखून पाहत बाबा म्हणाले, "मग तू इथं का आलास? तुला तीर्थयात्रा करायची नव्हती. संन्यास तू घेतला नाहीस. ना तू कलावंत, की ज्यानं सृष्टिसौंदर्यात बुडून जावं. मग तू इकडे का आलास?"

मिलिंद एकदम स्तब्ध झाला. त्याची नजर खाली वळली. त्याच्या चेहऱ्यावर व्याकूळतेचा भाव स्पष्ट उमटला. एखादा सुंदर पक्षी आपला रंगीत पिसारा फुलवून कूजनात मग्न असावा आणि अचानक व्याधाचा बाण हृदयात शिरावा, तसा.

बाबा खिन्नपणे हसले व म्हणाले,

"पाहिलंस, मिलिंद? माणूस अंतर्मुख होण्याला केवढा भितो, ते. दुसऱ्याच्या दुःखाकडे तो निर्विकारपणे पाहू शकतो. त्याच्या दुःखाची छाननी करू शकतो; पण स्वतःचं परीक्षण करताना मात्र तो व्याकूळ होतो. ते टाळतो. दुसऱ्याच्या जखमेवरची पट्टी चारचौघांत त्याला बेदरकारपणे काढता येते; पण स्वतःच्या जखमेवरची पट्टी दूर करण्याच्या कल्पनेनंही तो कासावीस होतो."

"हे प्रत्येकाचंच होतं?"

"हो!"

"कारण?"

"कारण एकच. जीवनावरची अश्रद्धा. जीवन जगण्यात असलेला प्रामाणिकपणाचा अभाव. सारेच व्यवहार स्वार्थप्रेरित. मानव एकटाच जन्माला येतो आणि त्याला शेवटी एकटंच जावं लागतं. तरीही त्याला आयुष्यभर सोबतीची अपेक्षा असते. ही सोबत तो शोधत असतो. आयुष्य क्षणभंगुर आहे, हे माहीत असूनही चिरंतन, शाश्वत प्रेमाचं ठिकाण त्याला हवं असतं; पण हे सारं स्वतःला सुरक्षित राखून. आकाशाच्या काही तासांच्या रोषणाईसाठी सूर्याला क्षितिजाखाली जावं लागतं... पण हे शोधत असताना त्याच्या ध्यानी येत नाही, की दिल्याखेरीज काही मिळूच शकत नाही. स्वतः हरवल्याखेरीज काही गवसत नाही. हे हरवणं जो शिकला, त्यालाच ती शांती, ते समाधान मिळू शकेल. मात्र ते ठिकाण प्रत्येकानं शोधायला हवं."

"असं माणूस प्रत्येकाला कोठून मिळणार?"

"मिलिंद, तुला एक प्रश्न विचारू?"

“विचारा ना?”
“तुझा विवाह झाला आहे?”
“नाही, बाबा, तेवढा मूर्खपणा शिल्लक राहिलाय्.”
“मूर्खपणा! तेवढी एक संधी असते, की जिथं असं माणूस मिळू शकतं, जे आपलं म्हणता येईल, जिथं कायावाचामने करून मानव एकरूपतेचा साक्षात्कार घेऊ शकेल.”
“तसं झालं असतं, तर सारेच संसार सुखाचे झाले असते.”
“तसं न होण्याची कारणं अनेक आहेत. भिन्न अभिरुचीची, भिन्न स्वभावाची अनेक जोडपी या शृंखलेत जखडली जातात. त्याला बरीचशी जबाबदार आपली संस्कृती, रूढी आणि त्यांबरोबर येणारे संस्कार आहेत.”
मिलिंद मंत्रमुग्ध होऊन ऐकत होता. तो आश्चर्यचकित होऊन म्हणाला,
“बाबा, तुम्ही रूढीविरुद्ध बोलावं, हे मोठं आश्चर्य आहे.”
“पण ते सत्य आहे. हे असं का होतं, याची गुंतागुंत सोडवणं मोठी कठीण गोष्ट आहे. म्हणून आपण त्याला ‘कर्मभाग’ एवढं एकच सुटसुटीत नाव देऊन रिकामे होतो. हाही विचारांचा एक पराजयच आहे!”
“आणि तरीही तुम्ही विवाहाबद्दल आदरानं बोलू शकता?”
“का नाही? या शत उद्ध्वस्त संसारांतून एखादा जरी सुखाचा, पूर्णत्वाला पोहोचलेला संसार दिसला, तरी काही कमी आहे का? ज्याला, थोडा काळ का होईना, हे सुख लाभलं असेल, त्याला या पृथ्वीतलावरची इतर सारी सुखं फार तोकडी वाटतील.”
“हीही एक कल्पनाच ना?” मिलिंद उपहासाने म्हणाला.
“नाही, मिलिंद.” प्रत्येक शब्दावर जोर देत बाबा म्हणाले, “माझ्यावर विश्वास ठेव. हा अनुभव आहे.”
मिलिंद त्या शेवटच्या वाक्याने चपापला.
बाबांचे डोळे कसल्या तरी आठवणीने भरून आले होते. स्वत:ला विसरून ते अज्ञात मुलखात वावरत होते...
“मी तुला हे का सांगतो, हे मला समजत नाही; पण मी अशा संसारसुखाचा अनुभव घेतलेला आहे. त्यात नखशिखान्त न्हाऊन

निघालो आहे. ते सुख चिरस्मरणीय ठरलं, तरी चिरंतन राहू शकलं नाही. मृत्यूनं माझा पराभव केला...''

''आणि तुम्ही...''

''हो! नंतर जे उपभोगलं, त्यात जिवंतपणा नव्हता. एका माणसाबरोबर सारा आनंद, सारं चैतन्य निघून गेलं; पण प्रीती शाश्वत असते, हा माझा भरवसा आहे. त्या शाश्वत प्रीतीच्या शोधात गेली वीस वर्षं मी इथं आहे...''

बाबांनी आपले भरलेले डोळे टिपले आणि ते हसून म्हणाले,

''मिलिंद, तुझं दु:ख काही असो; पण मला तुला हे सांगावंसं वाटतं, की एवढ्या तरुण वयात जीवनाकडे पाठ फिरवणं योग्य नव्हे. जीवनापासून दूर पळण्यापेक्षा जीवनातली सुख-दु:खं उपभोगण्यातच खरी मौज आहे.''

''दु:ख उपभोगायचं?''

''हो, दु:ख उपभोगण्यातही अपार सुख असतं. प्रसूतीचंही असह्य मरणप्राय दु:खच असतं ना? कैक वेळा शाश्वत सुखाचा जन्म असह्य दु:खातूनच होत असतो. तू अद्यापि तरुण आहेस. तुझ्या अंगात अनेक संकटांशी झुंजण्याची ताकद आहे. तुला परमेश्वरानं रूप दिलं आहे; उत्तम प्रकृतीचा ठेवा दिला आहे. ज्या पैशाच्या व्यवहारावर सुख मापलं जातं, त्याचीही तुला कमतरता नाही; आणि तरीही...''

''पण बाबा, तुम्हाला कसं समजलं की, मी...''

''काही चमत्कार नाही, ना दैवी दृष्टी.'' बाबा हसून म्हणाले, ''तुझी देहयष्टी हे सारं सांगते. तुझे हात काही, जीवनासाठी ज्यांना अपार कष्ट पडतात, अशांसारखे नाहीत. विवंचनेची जाळी अद्याप तुझ्या मुखावर उमटलेली नाही.''

''बाबा, तुम्हाला सांगताना मला संकोच वाटतो; पण मीदेखील एका व्यक्तीवर विश्वास टाकला. मनापासून प्रेम केलं; पण त्याचा स्वीकार होऊ शकला नाही.''

''आणि म्हणून तू रानोमाळ हिंडत फिरतोस, हेच ना? प्रेमनिराशेतून आपण रानोमाळ भटकतो, ही कल्पना तुला कितीही जरी सुखावीत असली, तरी जरा मनाची छाननी करून बघ ना! त्याचं कारण तुला मिळेल.''

“मी नाही समजलो.” गोंधळून मिलिंद म्हणाला.

“तुझं प्रेम स्वार्थी होतं, हेच कारण! तुला ते सर्वस्वी तुझ्या मालकीचं हवं होतं.”

“पण तुम्हीदेखील...” आपण काय बोलतो, हे मिलिंदच्या ध्यानी आले. तो चपापला.

“काही हरकत नाही. माझाही स्वार्थ होताच! त्यामुळंच मी दुःख भोगलं, हे खरं आहे; पण आता ते दुःख राहिलं नाही. ईश्वरभक्तीचा हाच फायदा आहे.”

“ईश्वरभक्ती?”

“हो, ईश्वरभक्ती! मानवावर प्रेम करताना, त्याबरोबर अपेक्षा येतात; पण ईश्वरावर जेव्हा आपण प्रेम करतो, तेव्हा आपलं सर्वस्व द्यायचं, एवढंच माहीत असतं. घेण्याची अपेक्षाच खऱ्या भक्तीत नसते. ती सवय अंगी मुरली, की सारंच जीवन अपेक्षाविरहित नुसत्या मांगल्यानं भरून जातं. आज माझं दुःख सुख बनलेलं आहे. जेवढं मला देता आलं, तेवढं मी अखेरपर्यंत दिलं, हे माझं समाधान आहे. ही मांगल्याची भावना प्रकट झाली, की तिथं रितेपणा राहतच नाही. जेवढं वाटावं, त्याच्या दुप्पट माप आपोआपच भरलं जातं. ज्याला मानवाकडून हे प्रेम मिळवता आलं नाही, त्याला ते भक्तीत सापडतं. तो मूर्ती स्थापन करतो आणि त्याला सर्वस्व वाहून मोकळा होतो. तिथं अस्वीकाराचा कटू अनुभव येतच नाही मुळी! कारण आनंद देणारे आणि घेणारे तुम्हीच असता.”

“पण तीदेखील एक प्रकारची फसवणूकच नाही का?”

“अंतर्मुख होणं म्हणजे का फसवणूक? आपण आईवर प्रेम करतो. ती डोळ्यांदेखत जाते. मित्र येतात, ते कारणपरत्वे दुरावतात. किंबहुना, माणसं जी एकत्र येतात, ती केव्हा ना केव्हा तरी दुरावण्यासाठीच, हा सृष्टिनियम आहे. हे सारं माहीत असूनही आपण फसवणूक करून घेत असतोच ना? शेवटी नशिबी असतो, तो एकटेपणाच! ज्याला आपण सदैव भितो, तो. सहवासात प्रेम बहरून येतं आणि वियोगात ते अधिक तीव्र होतं; पण ही भरती-ओहोटी, श्रद्धेचं स्थान मिळालं, तर एकदम थांबते. तिथून पुढं अखंड भरतीचाच आनंद मिळवता येतो. आरशामध्ये प्रतिबिंब पाहून स्त्रिया कुंकवाचा टिळा लावतात. आपली वेशभूषा

सजवितात. म्हणून काही ते प्रतिबिंब खरं नव्हे. तद्वतच आपण आपल्या आत्म्यावरचं प्रेम दुसऱ्याच्या आत्म्यात पाहत असतो. जेव्हा ते प्रतिबिंब दिसेनासं होतं, तेव्हा आपण दु:खी होतो; पण हेच प्रतिबिंब जर आपल्याच ठिकाणी पाहता आलं, तर ते केवढं चांगलं आहे! यालाच अंतर्मुख होणं, असं आपण म्हणतो.''

बाबा बोलता बोलता एकदम थांबले. त्यांनी बाहेर पाहिलं व ते म्हणाले,

''अरे, बोलता बोलता केवढा वेळ गेला. तुझं अद्यापि स्नान व्हायचं असेल ना?''

मिलिंदने होकारार्थी मान हलवली.

''पाहिलंस, असं होतं माझं इथं. कोणी बोलायला मिळत नाही, मग केव्हा तरी, कुणी तरी तुझ्यासारखं भेटलं, की काही तरी बोलत राहतो. ऊठ. तू या म्हाताऱ्याच्या नादी लागू नकोस. स्नान आटोपून तू लवकर भोजनाला ये, नाही तर नंदिनी मला दोष लावील.''

मिलिंद उठला. तो आपल्या खोलीवर गेला.

त्याची खोली लोटून-झाडून स्वच्छ केली होती. त्याचे अंथरूण-पांघरूण घडी करून ठेवलेले होते.

मिलिंदने आपली प्रवासी किट उघडली. आपली पुस्तके, दाढीचे सामान, टॉवेल वगैरे वस्तू बाहेर काढल्या. मेजावर आरसा व इतर साहित्य ठेवून त्याने आपला चेहरा निरखला. दाढी वाढलेली होती.

त्याने दाढीचे सामान उलगडले, त्या वेळी राहुल आत आला व म्हणाला,

''बाबूजी, आईनं विचारलंय्, गरम पाणी आणू का?''

मिलिंदला त्याचे आश्चर्य वाटले. तो म्हणाला,

''हो! मिळालं, तर फार बरं होईल.''

राहुलने गरम पाण्याचा वाडगा मेजावर आणून ठेवला.

मिलिंद दाढी करता करता म्हणाला,

''राहुल, दाढी झाली, की आपण स्नानाला जाऊ. तू येणार ना?''

''हो बाबूजी! आईनं मला आंघोळीला जाऊ दिलंच नाही. मी तिला म्हणालो...''

''काय?''

"लवकर आंघोळीला गेलो नाही, तर पूजेला उशीर होईल. तर ती म्हणाली, तू बाबूजींच्या बरोबर जा. आज नसली, तर चालेल आंघोळ.''

"अरे, व्वा! मग माझ्यामुळं सुट्टी मिळाली, तर! चल आपण भर्कन जाऊ आणि पूजेला परत येऊ.''

दाढी झाल्यावर दोघेही कपडे घेऊन बाहेर पडले.

पायऱ्या उतरत असताना मिलिंदने विचारले,

"राहुल, तुझ्या घरचं कोणी येत नाही?''

"घरचं?''

"म्हणजे तुला भेटायला कोणी येत नाही?''

"येतात की!''

"कोण येतं?''

"असेच तुमच्यासारखे – देवाला येतात, ते. बोलतात माझ्याशी. बाबांनी मला ते कामच दिलंय्.''

"ते नव्हे, रे; पण तुला, तुझ्या आईला भेटायला कोणी येत नाही?''

राहुलने नकारार्थी मान हलवली.

"कोण येतं, बाबूजी?'' राहुलने विचारले.

"कोणी नाही, चल. आपल्याला लवकर परत गेलं पाहिजे.''

नदीत स्नान करीत असतानाच देवालयातील घंटेचा आवाज दोघांच्या कानी आला. राहुल म्हणाला,

"बाबूजी, पूजा सुरू झाली.''

"होऊ दे. आज सुट्टी.''

ते दोघेही परतले, तेव्हा पूजा झाली होती.

मिलिंद आपल्या खोलीत गेला.

काही वेळाने नंदिनी ताट घेऊन तेथे आली. तिने येताना मृगाजिन आणले होते. ताट ठेवून, तिने मृगाजिन अंथरले.

मिलिंदने आश्चर्याने विचारले,

"हे काय? मी एकटाच जेवणार?''

"राहुल माझ्याबरोबर बसेल. आपण बसा.''

"आणि बाबा?''

"ते कधीच जेवत नाहीत. नुसता फलाहार घेतात.''

"इथं फळं मिळतात?"

"जी कंदमुळं मिळतात, त्यांवर भागतं त्यांचं."

मिलिंद जेवायला बसला.

नंदिनी हवे-नको ते पाहत दाराशी उभी होती.

जेवताना तो म्हणाला,

"आज राहुलला माझ्यामुळं पूजेला हजर राहता आलं नाही."

"त्यामुळं काही बिघडलं नाही."

"पण ते पातक माझ्यावर शिरावर..." मिलिंद हसून म्हणाला.

"ते घ्यायचंच झालं, तर मला ते माझ्या शिरावर घ्यावं लागेल." नंदिनी म्हणाली, "कारण मीच त्याला आंघोळीला लवकर जायला प्रतिबंध केला."

"मग आता निश्चिंत मनानं जेवायला हरकत नाही. मनावरचा केवढा बोजा उतरला, म्हणून सांगू?"

नंदिनी यावर तोंडाला पदर लावून मनमोकळेपणाने हसली.

जेवण झाल्यावर ताट घेऊन जात असताना ती थबकली. तिचे लक्ष मेजावरल्या पुस्तकांवर खिळले.

मिलिंदने विचारले,

"आपल्याला वाचनाचा शौक आहे?"

"एके काळी होता."

"आपल्याला हवी तर पुस्तकं घेऊ शकता. उपन्यास आहेत. आवडतील आपल्याला."

"नंतर राहुलला पाठवून देईन."

"ठीक."

राहुल जेव्हा आला, तेव्हा मिलिंदने काही पुस्तके त्याच्या स्वाधीन केली आणि तो वाचीत पडला. केव्हा झोप लागली, हे त्याला समजलेदेखील नाही.

संध्याकाळी तो जागा झाला. सर्वत्र सामसूम झाली होती. त्याने चूळ भरली आणि तो बाहेर आला. बाबा बैठकीवर दिसत नव्हते. त्याने मंदिरात प्रवेश केला; पण तेथेही कोणी नव्हते. तो तसाच मागच्या ओवरीवर गेला. तेथे पायरीवर नंदिनी काही तरी निवडीत बसली होती.

मिलिंद तिची नजर वळताच हसला, पण नंदिनी हसली नाही.

मिलिंदने विचारले,

"बाबा कुठं गेलेत?"

"एक रोगी आला होता. त्याला पाहायला गेलेत."

"राहुल?"

"कुठं बाहेर गेलाय्."

"मी फिरून येतो."

"बरं."

मिलिंद वळला.

सकाळच्या नंदिनीत आणि आताच्या नंदिनीत त्याला केवढा तरी फरक जाणवला. याच विचारात तो बाहेर पडला.

तटाबाहेर येताच त्याने समोर नजर टाकली.

साऱ्या पायऱ्या मोकळ्या झाल्या होत्या; पण राहुल कुठेच दिसला नाही. सावकाशपणे तो पायऱ्या उतरत होता.

नदीकाठावरही त्याचे चित्त रमले नाही. काही तरी हरवल्याची रुखरूख त्याला वाटत होती. मात्र काय हरवले, याचा त्याला अर्थबोध होत नव्हता.

दिवस मावळल्यानंतर मिलिंद परत आला. बाबा अजून आले नव्हते. राहुलचाही पत्ता नव्हता. खोलीत दिवा ठेवला होता.

नंदिनी काही न बोलता आत आली. तिने जेवणाची थाळी ठेवली.

मिलिंद उठला. त्याने विचारले,

"बाबा आले नाहीत?"

"नाही."

"राहुल?"

"तो झोपला."

"एवढ्यात?"

"हो!"

काही अधिक न बोलता जेवण संपले.

मिलिंद उठला. हात धुण्यास तो बाहेर गेला. जेव्हा तो परत आला, तेव्हा नंदिनी ताट घेऊन गेली होती.

मिलिंद तसाच येऊन अंथरुणावर पडला. त्याने अंगावर पांघरूण ओढून घेतले.

काही वेळाने पावलांचा आवाज आला. नंदिनी आत आली. तिने एकवार मिलिंदकडे पाहिले. ती म्हणाली,

"बाबूजी, चौपाईवर हुक्का ठेवते आहे."

"ठीक!"

"बाबूजी!"

"काय? बोला ना!"

पण नंदिनी काही बोलली नाही. ती तशीच दाराशी उभी राहिली.

"सांगा ना." मिलिंद म्हणाला.

"बाबूजी, तुम्हाला काही विचारायचं असेल, तर मला विचारा. राहुलला काही माहिती नाही. ते माहीत नसणं हेच ठीक आहे. ज्या प्रश्नांची उत्तरं त्याला माहीत नाहीत, ती तो देईल कसा?"

एका दमात नंदिनी सारे बोलून गेली.

आश्चर्याने भयभीत होऊन मिलिंद हे सारे ऐकत होता. क्षणभरात सारे त्याच्या ध्यानी आले. त्याचा संताप उफाळला. तो म्हणाला,

"नंदिनी, माझ्या हातून कदाचित फाजील जिज्ञासा व्यक्त झाली असेलही! त्याबद्दल क्षमा कर. पुन्हा मी विचारणार नाही; पण त्यासाठी राहुलला एवढी शिक्षा करण्याचं कारण नव्हतं. त्या निरपराध मुलाला माझ्या प्रमादाबद्दल शिक्षा..."

नंदिनी काही बोलली नाही. ती झर्रकन निघून गेली. मिलिंदची झोप कुठच्या कुठे गेली.

... वरच्या कौलांतून वारा मात्र घोंघावत आत शिरत होता.

■

३

पहाटेला मिलिंद जागा झाला, तो घंटेच्या आवाजाने. मंदिरात चाललेली आरती त्याला ऐकू येत होती.

एकदा त्याला उठावेसे वाटले; पण परत त्याने डोळे मिटून घेतले. पुन्हा झोप लागली.

त्यानंतर जेव्हा त्याला जाग आली, तेव्हा सूर्यप्रकाश आला होता. तो उठला, तोंड धुवून बाहेर आला. बाहेरच्या कट्ट्यावर बाबा बसले होते. मिलिंद तेथे आला व बसला. थोड्याच वेळात राहुल वाडग्यातून काढा घेऊन आला.

बाबा म्हणाले,

''बेटा मिलिंद, चहा!''

मिलिंदने तो काढा घेतला आणि तोंडाला लावला. काढा पिऊन होताच तो उठला. राहुल गेला, त्या दरवाजाकडे तो पाहत राहिला. बाबा म्हणाले,

''का, आज लवकर उठलास?''

''नदीवर जाऊन स्नान आटोपून लवकर येईन.''

''बरं, तसं कर.''

मिलिंद आपल्या खोलीवर आला.

खोली स्वच्छ केली होती. पांघरूण घडी घालून ठेवले होते.

मिलिंदने आपले कपडे घेतले आणि तो एकटाच बाहेर पडला. त्याच वेळी त्याच्या कानांवर शब्द पडले.

''बाबूजी.''

मिलिंदने वळून पाहिले. राहुल धावत येत होता.

तो जवळ येताच त्याने विचारले,

"बाबूजी, मी येऊ?"

क्षणभर राहुलला मिलिंदने निरखले.

नंदिनीचे बरेचसे रूप त्याने उचलले होते. तसेच धारदार नाक, बोलके डोळे.

खिन्नपणे हसून मिलिंद म्हणाला,

"तुझ्या आईनं परवानगी दिली, तर अवश्य ये."

"तिनंच पाठवलं मला."

"काय?" आश्चर्यचकित होऊन मिलिंदनं विचारलं.

"हो! ती म्हणाली, ते बघ बाबूजी निघालेत. त्यांनी कबूल केलं, तर जा त्यांच्याबरोबर."

मिलिंद हसला व म्हणाला,

"ठीक, चल."

"आंघोळ करायची?" त्याच्या कपड्यांकडे पाहत राहुल म्हणाला.

"हो. स्नान आटोपूनच येऊ."

"माझे कपडे घेऊन येऊ?"

"हो, लवकर ये."

राहुल पळत गेला.

मिलिंद उभा राहून पाहत होता.

नदीकाठचा मुलूख कोवळ्या उन्हात चकाकत होता. हवेतही किंचित गारठा होता. दूरवरची हिमाच्छादित शिखरे दिसत नव्हती. दाट धुक्याच्या पट्ट्याने ती पार आच्छादून गेली होती.

"बाबूजी."

मिलिंदने मागे वळून पाहिले.

राहुल उभा होता.

"चल." मिलिंद म्हणाला.

मिलिंदचे बोट धरून राहुल पायऱ्या उतरू लागला.

मिलिंद म्हणाला,

"राहुल, आज मी जाणार."

"कुठं?"

"असाच पुढं..."

"तिथं कोण आहे?"

"कोणी नाही."

"मग का जाता, बाबूजी?"

"ते माझ्या नशिबी लिहिलं आहे, म्हणून. विसाव्याचं ठिकाण फार काळ लाभूच शकत नाही मला. त्याला थोर भाग्य लागतं!"

राहुलला काहीच समजले नाही. मिलिंदच्या हाताची आवळलेली पकड तेवढी त्याला जाणवली.

मिलिंद भरभर पायऱ्या उतरत होता. त्याने राहुलचा हात पकडला होता. मिलिंदबरोबर जायला राहुलला धावावे लागत होते.

तो म्हणाला,

"बाबूजी."

त्या शब्दाने मिलिंद भानावर आला. तो थांबला आणि राहुलकडे पाहत म्हणाला,

"सॉरी... चल!"

राहुलच्या पाठीवर हात ठेवून तो सावकाश चालू लागला.

पायऱ्या उतरून जेव्हा ते खाली आले, तेव्हा मिलिंदचे लक्ष नकळत वर गेले.

तटाच्या प्रवेशद्वाराजवळ नंदिनी उभी होती.

राहुलला हाताशी धरून मिलिंद नदीची वाट चालू लागला.

स्नानाहून परत येताना राहुल म्हणाला,

"बाबूजी."

"काय, राहुल?"

"खरंच जाणार तुम्ही?"

"हं!"

"का, बाबूजी?"

"माझं इथं कोण आहे?" एकदम उसळून मिलिंद म्हणाला.

त्याने पाहिले,

राहुल भयचकित नजरेने पाहत होता.

तो म्हणाला,

"मी नाही?"

अकस्मातपणे वीज कोसळावी, तसे मिलिंदला झाले. त्याचे डोळे भरून आले. तो मटकन् राहुलशेजारी गुडघ्यांवर बसला. त्याने राहुलला मिठीत घेतले.

राहुलने पाहिले, मिलिंदच्या दोन्ही डोळ्यांतून अश्रू ओघळत होते.

त्याचा चेहरा आपल्या चिमुकल्या हातांत घेऊन राहुल म्हणाला,

"बाबूजी, तुम्ही रडता?"

"नाही, राजा. जे ऐकण्यासाठी आयुष्यभर जीव तडफडत होता, ते तू सहज बोलून गेलास! त्याचा आनंद आहे हा!"

मिलिंदने डोळे टिपले.

दोघे काही न बोलता पायऱ्या चढू लागले.

केस विंचरून मिलिंद बाहेर आला. जेथे बाबा बसले होते, तेथे तो सरळ गेला.

बाबा एका बटव्यातून कसल्या तरी मुळ्या काढून वाळवीत होते. त्या उन्हात पसरून होताच बाबा म्हणाले,

"झालं स्नान?"

"हो."

काही न बोलता दोघे तसेच बसून होते.

शेवटी मिलिंद म्हणाला,

"बाबा."

"काय, बेटा?"

"आज जावं म्हणतो मी."

"ठीक आहे, पण गेलंच पाहिजे का?"

"मला इथं येऊन चार दिवस झाले. दोन दिवसांसाठी आलो; पण पाऊल काढवेना. आयुष्यात एवढी आपुलकी, एवढा चांगुलपणा मला आजवर कुठं मिळाला नाही." बोलता बोलता मिलिंदचे डोळे भरून आले.

"बेटा मिलिंद, तुला एक सांगू? इथं सत्ता आहे, ती गिरिधारीची. आपण सारेच त्याचे आश्रित. सारी मालकी त्याची. त्याच्या इथं कुणी, किती वेळ राहावं, हे ठरवणारा मी कोण? आणि त्यात तुला संकोच तरी का वाटावा?"

"नाही, संकोच नाही. पण..."

"पण काय? मिलिंद, खोट्या संकोचामुळं अनेक वेळा आपण

जेवढी आपली प्रतारणा करून घेतो, तेवढी दुसऱ्या कशानंही होत नसेल. तुला सुख हवं आहे ना? तर मग त्यासाठी प्रथम स्वत:च्या भावनेकडे प्रामाणिकपणानं पाहायला शिक.''

''मग आपली आज्ञा काय आहे?''

''जिथं सत्ता नाही, तिथं आज्ञा कसली? आणि ती करणार तरी कोण? तुझ्या येण्याला जसा मी प्रतिबंध करू शकलो नाही, तसाच जाण्यालाही करू शकत नाही. जी आज्ञा तू विचारतोस, तिलाही फारसा अर्थ नाही. तुला जावंसं वाटत नाही, त्यासाठी तू कारण हुडकतो आहेस. ते तुला माझ्याकडून हवं आहे; पण खोटा अट्टाहास आणि अभिमान यांना बळी पडून तू वागू नकोस. हा माझा सल्ला आहे.''

''मग मी जाऊ नको?''

''तसं मी म्हटलं नाही; पण जाण्याआधी नीट विचार कर. आसक्ती ठेवून येथून जाऊ नकोस. जर गेलास, तर पुन्हा इथं यायची यातायात तुला करावी लागेल; आणि तोवर तुझ्या मनाला शांती लाभणार नाही. पुन्हा परत यावं लागणार नाही, याची जर खात्री वाटत असेल, तर जरूर जा!''

''तसा विचार करायचा झाला, तर आयुष्यभर सुटका व्हायची नाही.''

''होईल ना, तसंही होईल. माझंच बघ ना, गोविंदानं कसं गुंतवून ठेवलंय् ते! सोडतो, म्हटलं, तरी आता हे बंधन सुटणं अशक्य आहे. यालाच प्रेमानं दास्य म्हणतात. स्वत:ला हरवणं तेही हेच!''

''आणि नंदिनी...''

''ते मला काय माहीत? हवं तर ते तिला विचार. ज्याची त्याची बंधनं निराळी. प्रतीक्षा निराळी.''

मिलिंद स्तब्ध झाला.

बाबा नजीकच्या धुनीतले निखारे चिमट्याने परतवीत होते.

काही वेळाने त्यांनी मान वर केली व मिलिंदला विचारले,

''का? अद्याप विचार पक्का होत नाही?''

''नाही, तसं नाही.''

''ते जाऊ दे. एक विचारू?''

''विचारा ना!''

''तू कुठं जाणार?''

"जाईन असाच पुढं."

"पण कुठं?"

"बाबा, तुम्हीच म्हणाला होता ना, की प्रत्येक प्रवाशाला वस्तीला सराई ही असतेच, म्हणून. माझीही असेल कुठं तरी!"

"जरूर असेल. कदाचित ही असेल. कुणी सांगावं?"

"पण माझ्यामुळं तुम्हाला विनाकारण त्रास."

"ते खोटं. मला कसला त्रास? आणि नंदिनी... तिला, उलट तू गेलास, तर त्रास होईल..."

"मी गेलो, तर?" मिलिंदने विस्मयचकित होऊन विचारले.

"हो ना. आज सात वर्षं मी पाहतो आहे. तिचं मन अद्याप इथं रमलेलं नाही. एखादा तुझ्यासारखा प्रवासी अथवा संन्यासी आला, की तिचा वेळ जातो. मन रमतं. सारा दिवस तिला अपुरा वाटू लागतो."

"आणि देवपूजा?"

"मिलिंद, भावनेला प्रेमाची आणि प्रेमाला श्रद्धेची जोड असल्याखेरीज एकरूपता साकार होत नाही. नंदिनी अद्याप भावनेत आहे. तिला खऱ्या प्रेमाची जोड मिळालेली नाही..."

"बाबा!"

दोघांनीही वळून पाहिले.

नंदिनी चौकात उभी होती, पांढरे स्वच्छ पातळ ती नेसली होती. त्या वेषात तिचे लावण्य अधिकच खुलून दिसत होते.

मिलिंदला वाटले, महाश्वेता म्हणतात, ती हीच का?

"काय, बेटा?" बाबांनी विचारले.

"पूजेची तयारी झालीय्."

"हां, बेटा. आलोच..."

बाबा पायऱ्या उतरून मंदिराच्या दिशेने जाऊ लागले. पाठोपाठ नंदिनी जात होती.

मिलिंद उठला आणि आपल्या खोलीत जाऊन खाटल्यावर झोपला.

मंदिरात घंटानाद होत होता. आरतीचे सूर त्याच्या कानांवर पडत होते.

आरती संपली.

काही वेळाने नंदिनी आणि राहुल आत आले. नंदिनीच्या हातात वाटी होती. तिने हसून मिलिंदकडे पाहिले. ती म्हणाली,

“तीर्थ घेणार का?”
“तीर्थाला कोण नको म्हणेल!” मिलिंद उठला.
नंदिनीने पळीने तीनदा मिलिंदच्या हातावर तीर्थ घातले.
तीर्थ पिऊन होताच मिलिंदने टॉवेल घेतला. त्याला हात पुसले. नंदिनी हसली.
“का?...का हसलात?”
“तीर्थ घेतल्यावर टॉवेलला हात पुसला, म्हणून.”
“मग त्यात काय झालं?”
“तीर्थ घेतल्यावर टॉवेलला हात पुसत नाहीत. तो हात मस्तकी फिरवून कोरडा केला जातो.”
“माझ्या ते लक्षात आलं नाही.”
“तीर्थ घेतलं, हेच पुष्कळ झालं.”
“वा! तसा काही मी नास्तिक नाही हं!”
“ते मला माहीत आहे.” नंदिनी राहुलच्या केसांवरून हात फिरवीत म्हणाली. “राहुल, तुला माहीत आहे का, रे? आज एक माणूस रागावून जायला निघालं होतं.”
राहुलला काही समजले नाही. तो आळीपाळीने मिलिंद-नंदिनीकडे पाहत होता.
मिलिंद गंभीर होऊन म्हणाला,
“ज्या प्रश्नांची उत्तरे त्याला माहीत नाहीत, ती तो कसा देणार? काही विचारायचं असेल, तर मला विचारा.”
नंदिनी एकदम हसू लागली. हसता हसता एकदम गंभीर झाली. ती म्हणाली,
“मिलिंदबाबू, एवढ्या बारीकसारीक गोष्टी लक्षात ठेवू नयेत माणसानं. याहीपेक्षा मोठ्या गोष्टी लक्षात ठेवण्यासारख्या असतील.”
नंदिनी एकदम वळली.
मिलिंदने हाक मारली,
“राहुलच्या आई...”
नंदिनी गर्रकन वळली. मिलिंदच्या नजरेला नजर देऊन ती म्हणाली,
“एकदा, रागानं का होईना, पण नंदिनी म्हटलंत. आता दुसरं नाव शोधत बसू नका.”

– आणि पाहता पाहता ती निघून गेली.

राहुलने विचारले,

"जाणार तुम्ही, बाबूजी?"

मिलिंद हसून म्हणाला,

"नाही, रे राजा. नाही जाणार मी."

क्षणात राहुलचा चेहरा प्रफुल्लित झाला.

त्याच्याकडे पाहून मिलिंद एकदम एकटाच हसू लागला.

दोन प्रहरी खूप प्रयत्न करूनही मिलिंदला झोप आली नाही. वाचनातही त्याचे मन रमत नव्हते. शेवटी कंटाळून तो उठला. थंड पाण्याने तोंड धुताच त्याला बरे वाटले. तो बाहेरच्या प्रवेशद्वाराजवळ गेला. आकाशात एक भला मोठा काळा मेघ उठला. उकाडा किंचित भासत होता.

मिलिंद परत फिरला. काय करावे, हे त्याला समजत नव्हते.

समोरच देवालयाचे द्वार होते. तो पायऱ्या चढून सरळ आत गेला. गाभाऱ्यात कृष्णराधेची मूर्ती उभी होती. जवळ जाऊन त्याने ती निरखली.

राधेने आपल्या दोन्ही हातांची मिठी करून ते हात कृष्णाच्या डाव्या खांद्यावर ठेवले होते आणि त्यावर तिची मान विसावली होती. कानांवर पडणारे बासरीचे सूर आणि कृष्णसहवासाने आलेली तृप्ती तिच्या मुखावर दिसत होते.

ते भाव प्रथमच मिलिंदच्या ध्यानी आले.

त्याने आपली नजर देवळावरून फिरवली. त्याच वेळी बाहेर पावसाचे थेंब पडू लागले. एक-दोन मिनिटे सरी कोसळल्या आणि पाऊस थांबला. त्या शिडकाव्याने मृद्गंध दरवळला. मिलिंद बाहेर आला आणि पायरीवर कोरडी जागा बघून बसला.

"मिलिंद..."

मिलिंदने वळून पाहिले.

बाबा हाका मारत होते.

मिलिंद उठला आणि बाबांच्याजवळ गेला. जवळ जाताच तो म्हणाला,

"बाबा, आपण झोपला नाही?"

"नाही. मी दोन प्रहरी कधी झोपत नाही. मग काय ठरलं तुझं? जाणार, की राहणार?"

मिलिंदची नजर खाली वळली. तो म्हणाला,

"राहणार."

"छान! तुझा तूच निर्णय घेऊ शकलास, यात आनंद आहे. आज झोपला नाहीस तू?"

"झोप येईना."

"चार दिवसांत एकांतवासाला कंटाळलास ना? अस्वस्थ मन माणसांच्या गोंधळात वावरू शकतं; पण एकांत असह्य होतो. कारण एकांतात मानव अंतर्मुख बनतो. तुला कंटाळा आला असेल, तर चल... आपण फिरून येऊ."

"पण त्यामुळं कदाचित आपल्या वाचनात खंड..."

"कुणी सांगितलं तुला, की मी वाचतो, म्हणून? आता वाचायचं वय राहिलं नाही. जे वाचलं, जे विचार गोळा केले, त्याची सांगड आचाराशी बसते का, हे पाहण्याचं हे वय आहे."

"म्हणजे आपण वाचत नाही."

"नाही. जगाच्या पाठीवर एवढे संत, सत्पुरुष झाले आहेत, की त्यांनी लिहिलेलं सारंच वाचायचं म्हटलं, तरी आयुष्य पुरायचं नाही आणि त्यातून काही मिळायचंही नाही."

"म्हणजे वाचनाला काहीच अर्थ नाही?"

"तसं मी म्हटलेलं नाही. मी म्हणालो, आयुष्यभर वाचण्यात काही अर्थ नाही. मीराबाईनं किती वाचन केलं होतं? कबिरानं किती ग्रंथांची पारायणं केली होती? कदाचित केली असतीलही! पण त्यापेक्षा विचारांनी समृद्ध असं जे जीवन ते जगले – तेच त्यांना उपयोगी पडलं. ठिकाण एक असलं, तरी त्याकडे जायचे मार्ग अनेक असतात. त्या साऱ्यांची केवळ चौकशी केल्यानं वा पत्ते मिळविण्यानं त्या जागेला पोहोचता येत नाही. केव्हा तरी एक दिशा धरून वाटचाल करायला हवी. मग जाऊ या फिरायला?"

"हो, चला."

बाबांनी आपल्या खडावा पायांत चढवल्या व ते नंदिनीकडे गेले. पाठोपाठ मिलिंद होताच.

नंदिनी वाती करीत बसली होती. बाबा जाताच ती उठून उभी राहिली.

बाबा म्हणाले,

"नंदिनी बेटा, आम्ही फिरून येतो."

नंदिनीने क्षणात मिलिंदकडे नजर टाकली व म्हणाली,

"जी."

"आणि हे बघ, मिलिंदबाबू जात नाहीत."

खाली पाहत नंदिनी म्हणाली,

"जी! मला ते ठाऊक आहे."

"ठीक. मग येतो तर आम्ही." म्हणत बाबा वळले.

तोच राहुल खोलीतून धावत आला.

"बाबा!"

"काय बेटा?"

"मी येऊ?"

"नको, राजा. फार दूर जाणार आहोत आम्ही. तू इथं आईजवळ राहा."

"बरं."

पायऱ्या उतरून आल्यानंतर बाबा जंगलाच्या दिशेने चालत होते. त्यांच्या पायीच्या खडावा चट्‌चट्‌ वाजत होत्या. ज्या वाटेवरून बूट घालूनही मिलिंदला जायला कठीण वाटत होते, तिथून बाबा सहज पावले टाकीत होते. जंगलातल्या उभ्या वृक्षांकडे पाहण्याचेही मिलिंदला भान नव्हते.

जंगलात खूप आतवर चालत गेल्यानंतर मिलिंदच्या कानांवर गंभीर नाद पडू लागला.

बाबा म्हणाले,

"मिलिंद, आज मी तुला इथं मुद्दाम घेऊन आलो आहे. आज मी तुला असं दृश्य दाखवणार आहे, की जे तुला कधीही विसरता येणार नाही. निदान मी तरी कधी विसरणार नाही. ज्या ज्या वेळी माझं मन अस्वस्थ होतं, मी बेचैन बनतो, त्या त्या वेळी मी इथं येतो."

चालण्याबरोबर नाद मोठा मोठा होत होता.

चालता चालता बाबा क्षणभर थांबले व म्हणाले,

"आता काही क्षणांत तुला ते दर्शन घडेल."

– आणि ते चालू लागले.

मिलिंद चढ चढण्याने थकला होता. बाबा समोरच्या झाडीआड दिसेनासे झाले. मिलिंद त्या रस्त्याने जात होता. ती झाडी ओलांडताच मिलिंदचे पाय जागच्या जागी खिळले.

एका खोल दरीच्या टोकावर तो आला होता.

त्या खोल दरीच्या दुसऱ्या टोकाला शुभ्रधवल प्रपात पर्वत-शिखरावरून उडी घेत होता. खाली खोलवर सुरू वृक्षांनी दुतर्फा वेढलेला नदीचा पट्टा दिसत होता. त्या प्रपाताचा अखंड नाद त्या दरीमध्ये उठत होता; पण त्यात रौद्रता नव्हती. एखाद्या प्रचंड नगाऱ्यावर अखंड टिपरी घुमावी, तसा तो नाद गंभीर होता.

त्याने बाबांकडे पाहिले.

बाबा तन्मय होऊन ते दृश्य पाहत होते. वाऱ्याने त्यांची पांढरी शुभ्र दाढी परतून खांद्यावर रुळत होती. त्यांच्या मानेवरच्या बटा हेलावत होत्या. छाटीची टोके फडफडत होती.

बाबांनी वळून पाहिले आणि ते म्हणाले,

"ये, मिलिंद, बैस."

मिलिंदने पाहिले.

त्या कड्याच्या टोकावर एक प्रशस्त शिळा आणून ठेवलेली होती. ती मूळची तिथे असावी, असे वाटत नव्हते. बाबा तीवर बसले. मिलिंदला आपल्या जवळच्या जागेवर बसवून घेत ते म्हणाले,

"मिलिंद, ही माझी आवडती जागा. मी नेहमी इथं एकटाच येतो. एकदा का माणूस पाहायला शिकला, की त्याला एकाकी वाटत नाही. इथं मानवाच्या मनाचे सारे पैलू दिसू शकतात. त्याचा अर्थ लावता येतो. हे बघ, हे सुरू आणि देवदाराचे वृक्ष. आकाशाला गवसणी घालण्यासाठी हे उंचावत आहेत. ही महत्त्वाकांक्षेची प्रतीकं. इथं समानतेचं वाढणारं गवत आहे. जे पावसाळ्यात पालवतं आणि उन्हाळ्यात खुरटून नाहीसं होतं. इथं समानतेच्या पायावर उभं असलेलं गवत जसं आहे, तसंच आकाशाला गवसणी घालू पाहणारे तालवृक्षही आहेत आणि स्वतःवर कसलेही संस्कार घडवून न घेता वादळ-वाऱ्याशी सदैव टक्कर देणारे कडे या इथं उभे आहेत. तसंच त्या कड्यांची पर्वा न करता सागरतृष्णेनं व्याकूळ होऊन सरळ झेपावणाऱ्या नदीचं पात्र या इथं, समोर आहे. इथं वृक्षांना बिलगून वाढणाऱ्या लता जशा आहेत, तशीच संथ पाण्यावर लाटांच्या नाजूक स्पर्शानं पुलकित होणारी कमळंही आहेत. जीवनातल्या रौद्रतेचा, भव्यतेचा, त्यागाचा खरा साक्षात्कार कुठं होत असेल, तर निसर्गाच्या सान्निध्यातच!"

"ही बघ ना गौरांगी! कसल्या ओढीनं ती या पर्वतकड्यावरून झेप

घेते आहे? ज्या ओढीनं ती या प्रचंड नगाधिराजाच्या मस्तकावरून झेपावत आहे, ती सागरतृष्णा खरोखरच एवढी श्रेष्ठ आहे का? जेव्हा ती सागराला मिळेल, तेव्हा या तपश्चर्येचं सार्थक होईल का? ह्यालाच का आपण प्रेम म्हणतो? हे प्रेम नव्हे. हे वासनेचं प्रतीक आहे. वासना प्रबळ आहे; पण त्याहीपेक्षा प्रेमाचा ओघ शतपटीनं प्रबळ असूनही त्यात रौद्रता नाही. त्यात समाधान आहे, सुख आहे आणि म्हणूनच आज प्रमत्त होऊन पर्वतशिखरावरून झेपावणारी कर्पूरगंगा तन्वंगी प्रेमाचा अर्थ कळू लागल्यावर पुढं अधिक शांत, गंभीर होत असावी...''

मिलिंद हे सारं भारावून ऐकत होता.

बाबा चटकन उठले आणि म्हणाले,

''चल, तुला आणखीन एक गंमत दाखवतो.''

मिलिंद उठला. बाबांच्या पाठोपाठ जाऊ लागला.

कड्याच्या कडेनं जात असता बाबा थांबले. ते म्हणाले,

''अगदी बेतानं, तोल सावरून बघ.''

मिलिंदने पाहिले.

खाली सरळ तुटलेला कडा होता. तेथून अगदी सरळ तो प्रपात दिसत होता.

बाबा म्हणाले,

''हाच तो भैरवजाप.''

''भैरवजाप?''

''हो! पर्वताच्या अगदी उंच शिखराजवळ जो तुटलेला कडा असतो, त्याला 'भैरवजाप' म्हणतात. निसर्गाशी एकरूप होण्याच्या वेडाने प्रेरित झालेली माणसं इथं येऊन सरळ उडी घेतात.''

''पण आत्महत्या हे पाप आहे ना?''

''आत्महत्या पाप आहे, आत्मसमर्पण नव्हे. उद्वेगानं, त्रासानं, कंटाळून ज्या आयुष्याचा नाश केला जातो, त्याला आत्महत्या म्हणतात; पण प्रेमानं उचंबळून, वियोग सहन न झाल्यानं जे घडतं, त्याला आत्मसमर्पण म्हणतात.''

''मग अनेक संन्यासी इथं येत असतील!'' मिलिंद म्हणाला.

''संन्यासीच का? वत्सराज उदयन व वासवदत्तेनं अशाच भैरवजापाचा आश्रय घेतला होता, नाही?''

"हे भयंकर आहे..."

बाबा हसत म्हणाले,

"भयंकर! मृत्यूचं भय वाटतं, म्हणून हे भयंकर; पण ज्यांना मृत्यूचं भय वाटत नाही, त्यांना भैरवजापाचं कुठलं भय? आणि मृत्यूचं भय सुटल्याखेरीज मोकळेपणानं जीवन जगता कसं येईल?"

"पण हे भय नाहीसं होईल काय?"

"का नाही? तू तुझं गाव सोडून इतक्या दूर काही माहीत नसता कसा आलास? पण कुठं तरी विश्वासाच्या ठिकाणी आपण पोहोचू, ही खात्री तुला होती. म्हणूनच तुझ्या मनाला भीती शिवली नाही. मृत्यूनंतर काय, याची कल्पना नसल्यानं मृत्यू एवढा भयावह झालेला आहे. सुरवंट कोषात स्वतःला बद्ध करून घेतो, याचं कारण एकच. त्याला फुलपाखराचं रूपांतर ज्ञात असतं. ते नसतं, तर त्यानं स्वतःला कोषात गुंतवून घेतलंच नसतं मुळी! ज्यांना या ठिकाणचा पत्ता लागला, ते सारे मृत्युंजय ठरले. ज्ञानेश्वर स्वतः समाधीत उतरले. येशू ख्रिस्त हसत क्रूसावर चढला. सॉक्रेटिसनं शांतपणे विषाचा पेला ओठी लावला. हा शांतपणा, हा निश्चिंतपणा आला कोठून? कबीर म्हणाला,

'चतुर अलबेली कर ले शृंगार
साजन के घर जाना है तो...'

"कुठं आहे ते प्रियकराचं ठिकाण? हे सापडल्याविना, दिसल्याविना का वेडे झाले होते ते? मिलिंद, अरे ज्यांना सोन्याचं नाणं सापडलं, तेच चांदीचं नाणं फेकून देतात. चल, मिलिंद, या दरीवर संध्याछाया पसरायच्या आत आपण परतू."

दोघे पुन्हा उतार करू लागले.

जे पाहिले व ऐकले, त्याने मिलिंद सुन्न झाला. भारावलेला होऊन तो बाबांच्या पाठोपाठ ठेचाळत जात होता.

रात्री जेव्हा नंदिनी जेवणाचे ताट घेऊन आली, तेव्हा तिने विचारले, "भैरवजापावर गेला होता वाटतं, फिरायला?"

"तुला कसं समजलं?"

"बाबा मलादेखील एकदा घेऊन गेले होते."

"भैरवजापावर?"

"हो!"

"का?"

"एकदा जीवनाचा कंटाळा आला होता. जगूच नये, असं वाटत होतं. मला तिथं घेऊन गेले. म्हणाले..."

"काय म्हणाले?" मिलिंदने विचारले.

त्याची नजर चुकवीत ती म्हणाली,

"काही नाही. बसा जेवायला."

"मला माहीत आहे."

"काय?" नंदिनीने विचारले.

"ते म्हणाले, नंदिनी, आयुष्याचा शेवट करायचा असेल, तर ही जागा सुंदर आहे; पण जीवनाचा शेवट उद्वेगानं, संतापानं करायचं ठिकाण हे नव्हे. इथं प्रसन्नतेनं, संपूर्ण तृप्तीनं शेवट करायचा असतो. तसा शेवट करता येतो का, पाहा."

"तुम्हाला हे कसं समजलं? बाबांनी सांगितलं?" गोरीमोरी होऊन नंदिनीने विचारले.

"बाबांच्या सहवासात इतकी वर्षं राहूनही तुला हे कधी समजलं नाही, की बाबा कधी असं सांगायचे नाहीत."

"मग कसं ओळखलंत?"

"अर्थ एवढाच, की मी बाबांना ओळखतो."

"एवढ्या अल्प परिचयात?"

"मनाची ओळख पटायचं वर्षांवर अवलंबून नसतं, नंदिनी. सारं आयुष्य एकवटूनही जो परिचय होत नाही, तो कैक वेळा प्रथमदर्शनी होऊ शकतो."

"अरे, वा! हे केव्हा माहीत झालं?" नंदिनीनं थट्टेनं विचारलं.

"इथं आल्यावर."

नंदिनी एकदम गोरीमोरी झाली. खाली पाहत ती म्हणाली,

"जेवा."

■

४

मिलिंद दचकून जागा झाला. डमरू-शंखाचा कर्कश आवाज त्याच्या कानावर येत होता. त्याच्या जोडीला 'ॐ हरहर महादेवऽ बं भोलेनाथऽऽ'चा गजरही चालू होता.

मिलिंद उठून बसला. देवालयातून घंटेचा नाद येत होता. त्याच्या खोलीशेजारूनच तो आवाज येत होता.

मिलिंद गडबडीने खोलीबाहेर आला. त्याने शेजारच्या खोलीत डोकावले.

एक व्याघ्रांबर अंथरले होते. त्यावर एक मध्यम वयाचा जटाधारी साधू बसला होता. उजव्या बाजूला त्रिशूळ उभा होता. त्या जटाधारीने हातात शंख धरला होता. दुसऱ्या हातात डमरू होता. शंख वाजवून होताच डमरू बडवला जात होता. तोंडाने शिवघोष चालला होता. हे सारे डोळे मिटून चालले होते.

मिलिंद वळला, तेव्हा मंदिरातून नंदिनी बाहेर पडत होती. तिने मिलिंदकडे पाहिले. गडबडीने पुढे येत तिने मिलिंदला खुणावले. खिडकीपासून तो दूर झाला. नंदिनीने जवळ येताच त्याला विचारले,

"आपली झोपमोड झाली, वाटतं?"

"कुणाची नाही होणार? केव्हा आले ते महाराज? काल रात्री तर नव्हते."

"रात्री आले."

"चांगल्या वेळी आले." मिलिंद उपहासाने म्हणाला.

"संन्याशाला दिवस आणि रात्र सारखीच!" नंदिनी हसून म्हणाली,

"पण आपण का अस्वस्थ व्हावं?"

"मी? छे! मी कशाला अस्वस्थ होऊ? येईनात बिचारे!"

मिलिंदने तोंड धुतले आणि शेजारच्या खोलीतली गडबड ऐकत तो आपल्या खोलीत उभा राहिला. तोच नंदिनी काढ्याचा वाडगा घेऊन आली.

मिलिंद म्हणाला,

"मी बाबांच्याकडे आलो असतो."

"बाबा स्नानाला गेले आहेत."

"एवढ्या उशिरा?"

"रात्री त्यांना जरा जागरण झालं आणि खोकला होता. त्यामुळं स्नानाला उशीर झाला आज."

"स्नान कशाला करताहेत, बरं नाही तर?"

"तो नियम आहे. अंगात ताप असताही त्यांनी स्नान चुकवलेलं मला आठवत नाही."

मिलिंदने काढा घेतला.

वाडगा नेत असता नंदिनीने विचारले,

"ह्यानं चहाची तल्लफ भागते ना? कधी तुम्ही ह्याच्या चवीबद्दल तक्रारही करीत नाही."

"हो. कारण ते चवीवर अवलंबून नसतं."

"मग?"

"देणाऱ्याचा हातगुण असतो."

"ते पाहा, बाबा आले." खिडकीतून पाहत नंदिनी म्हणाली, "जाते मी."

नंदिनी निघून गेली.

मिलिंद उठला आणि बाहेर पडला.

आपली धुवून आणलेली छाटी वाळत घालीत बाबा उभे होते. त्यांचा गौर चेहरा तांबूस दिसत होता. डोळे किंचित आरक्त झाले होते.

छाटी दोरीवर घालून होताच मिलिंदकडे पाहत बाबा म्हणाले,

"आज स्नानाला उशीर झाला."

"बरं नव्हतं, तर स्नानाला कशाला गेला होतात, बाबा?"

"संन्याशाला शरीराचे फाजील स्तोम करून भागत नाही, मिलिंद. होईल तब्येत बरी."

"हे दुसरे संन्यासी कोण?"

"एक तुझ्यासारखेच प्रवासी."

"आपल्या ओळखीचे आहेत?"

"नाही."

"मग रात्री कसे आले?"

"ते त्यांना माहीत."

बसलेले बाबा उठून उभे राहिले.

मिलिंदने पाहिले.

ते दुसरे संन्यासी ऐटीने पावले टाकीत येत होते. बाबांच्या वयात आणि त्यांच्या वयात केवढे तरी अंतर होते.

संन्यासी ओवरीवर येताच बाबांनी मृगाजीन पसरले; पण तिकडे न पाहता त्यांनी काखेतून आणलेली व्याघ्रांबराची सुरळी पसरली आणि ते त्यावर विराजमान झाले.

"आपली पूजा झाली?" बाबांनी विचारले.

"भस्माखेरीज पूजा कशी होणार?"

"इथं आहे ना भस्म!"

"इथलं भस्म! हरहर! हे नाही मला चालायचं. मला शिवालयातीलच भस्म लागतं. इथं कुठं जवळपास शिवालय नाही?"

"गोपालपूरला आहे."

"मग मी चाललो. भस्माविना पूजा होत नाही, मग मी राहू कसा इथं?"

"छे, छे! आपण रात्री आलात. आपला सहवास लाभला नाही. आपण जाऊ नये. मी आणतो भस्म." बाबा म्हणाले.

"हो! पण लवकर आणायला हवं."

"आपण चिंता करू नये. एवढ्यात आणीन मी भस्म." असे म्हणत बाबा उठले. त्यांनी खडावा चढविल्या आणि ते चालू लागले.

मिलिंद हे सारे पाहत होता. त्याला संताप आला होता. तो बाबांच्या पाठोपाठ धावला व म्हणाला,

"बाबा, आपल्याला बरं नाही, हवं तर मी जाऊन आणीन."

"नको. तू अद्याप नवखा आहेस. तुला ते मंदिरही सापडणार नाही. विलंब लागेल. मी जाऊन येतो. तोवर तू त्यांच्याकडे बघ."

एवढे बोलून बाबा बाहेर पडले.

मिलिंद जड पावलांनी माघारी वळला. त्या स्वामी महाराजांच्या नजीक जाताच त्यांनी हाक मारली,

"आवो, बेटा, बैठो. नाव काय तुझं?"

"मिलिंद."

"छान! आणि तो मुलगा आपला का?" दूर उभ्या असलेल्या राहुलकडे बोट दाखवून त्यांनी विचारले.

"नाही."

"मग त्या बाई कोण?"

"मला माहीत नाही."

"छी, छी! काय हा भ्रष्टाचार! इथं हे असंच चालायचं. शिवालयात हे चालायचं नाही."

"काय चालायचं नाही? आपल्यासारखेच बाबा. नंदिनी त्यांना मुलीसारखी आहे."

"सारखी ना? मुलगी नव्हे." संन्यासी हसून म्हणाला.

मिलिंद संतापाने थरथरत होता. त्याच्या मुठी आवळल्या गेल्या. स्वत:ला सावरीत तो कसाबसा म्हणाला,

"आपण विसरलात, बाबा संन्यासी आहेत."

"संन्यासी आणि स्त्री-सहवासात? वा! छान आहे संन्यास!"

"का? स्त्रीनं काय केलं?"

"सत्यानाश!"

"कुणाचा?"

"विश्वाचा! महाशय, ब्रह्मचर्य हे संन्याशाचं बंधन आहे. स्त्रीच्या सहवासात कधी संन्यास टिकतो?"

"का टिकू नये?"

"विस्तवाजवळ लोणी ठेवलं, तर ते वितळल्याखेरीज राहील?"

"मनाची दुर्बलता कुठंही पाघळेल. ती ज्याच्या त्याच्या ताकदीची गोष्ट आहे. त्याचं खापर स्त्रीजातीवर फोडणं योग्य नव्हे."

"बेटा, लहान आहेस अजून! ही स्त्री जात जगात नसती, तर आज जगाचं नंदनवन झालं असतं. वेळ लागला नसता, बेटा. स्त्री पुरुषाच्या प्रगतीतली धोंड आहे."

"माफ करा. मी आपल्या मताशी सहमत होऊ शकत नाही."

"का? काय खोटं आहे?"

"आपण रागावणार नसाल, तर एक विचारू?"

"विचार ना!"

"आपणदेखील एका मातेच्या उदरीच जन्म घेतला, ही गोष्ट आपण विसरता. तीदेखील एक स्त्रीच होती ना?"

"मग त्यात काय झालं? कोळशाच्या खाणीत हिरा जन्मला, तरी तो कोळशाबरोबर जाळला जात नाही. त्याचं स्थान राजमुकुटावर असतं."

"मग आपलं स्थान कुठल्या राजमुकुटावर आहे?" मिलिंद बोलून गेला.

"काय म्हटलंत?"

"काही नाही. मला एवढंच सांगायचं होतं, की कोळशाच्या खाणीत जसा हिरा सापडतो, तशीच गारगोटीही सापडते! कैक वेळा सापडलेला हिराही गारगोटी ठरण्याचा दाट संभव असतो."

"महाशय!"

"आणि हेही ऐकून ठेवा, की हिरा असला, तरच राजमुकुटात विराजमान होतो. कोळसा असला, तर भट्टीत जातो. दोन्ही सत्कारणी लागतात. त्यांच्या जीवनाचं सार्थक होतं; पण गारगोटी रस्त्यावर फेकली जाते. चकमक झडण्याखेरीज तिचा काहीच उपयोग नसतो."

"बस्स! मला आपल्याशी बोलायचं नाही." संन्यासी रागाने उठले. त्यांनी व्याघ्रांबर गुंडाळले आणि तडक आपली खोली गाठली.

मिलिंद तेथेच बसून राहिला. त्याचा संताप गेला नव्हता. त्याच्या कानांवर काकणांचा आवाज झाला. नंदिनी समोर उभी होती.

"स्वामीजी कुठं गेले?"

"आपल्या खोलीत."

"रागावणार नसला, तर..." नंदिनी अडखळली.

"सांग ना!"

"आलेले स्वामी आपले अतिथी आहेत. त्यांना दुखवणं योग्य नव्हे."

"म्हणून काहीही ऐकून घ्यावं? अतिथीनं यजमानांचा उपमर्द करावा?"

"तो त्यांचा प्रश्न आहे. ते आपले अतिथी आहेत, एवढंच मला माहीत आहे.''

"तुमचे असतील, माझे नाहीत!''

"नाहीत कसे? आहेत तर! जरूर आहेत. आपल्यानंतर आलेले सारेच आपले अतिथी; आणि बाबूजी, एक विसरलात आपण. बाबा सर्व जबाबदारी आपल्यावर टाकून गेले आहेत. ती तर नाकारणार नाही ना? त्यांना हे ऐकून बरं वाटेल?''

बाबांच्या उल्लेखाबरोबर मिलिंद चपापला. त्याने नंदिनीकडे पाहिले. तिच्या ओठांवर हसू होते.

मिलिंद म्हणाला,

"झालं, ते झालं. चुकलं माझं. सांगत असशील, तर माफीदेखील मागेन मी त्यांची.''

"त्याची काही गरज नाही; पण स्वामीजी एकटेच संतापात बसलेत. त्यांच्या सोबतीला आपल्याखेरीज कोणीच नाही.''

"काळजी नको, जाईन मी.''

"ते मला माहीत आहे आणि तसंच त्यांच्या आहाराची चौकशी करून मला कळवा.''

"हो! आश्रिताला सारं केलं पाहिजे!''

"काय म्हटलंत?''

"काही नाही.''

"एकदा म्हटलंत, ते ठीक केलंत. पुन्हा म्हणायचं धाडस करू नका.'' आणि एवढे बोलून ती माघारी वळली.

मिलिंद उठला आणि स्वामीजींच्या खोलीकडे गेला. खोलीच्या दारात जाताच स्वामीजींच्या कपाळावर आठ्या पडल्या; पण त्याकडे दुर्लक्ष करून मिलिंद म्हणाला,

"स्वामीजी, आत येऊ?''

"हां, बेटा, जरूर आना!''

मिलिंद आत गेला आणि तेथे जमिनीवर बसला. म्हणाला,

"स्वामीजी, मी माफी मागायला आलो आहे. मघाशी मी...''

"काही नाही, बेटा, संन्याशाला मान-अपमान कुठला आलाय्? तू अजून लहान आहेस. तुझ्या हातून हे असे प्रमाद घडायचेच...''

मिलिंदला ते स्वामीजींचे बोलणे खोटे होते, हे माहीत होते; पण तरीदेखील त्याच्या मनावरचे ओझे केवढे तरी कमी झाल्यासारखे वाटले.

स्वामीजींनी विचारले,

''तुझं गाव कोणतं?''

''जुनागड.''

''तीर्थयात्रा करीत होतास, वाटतं?''

''हो!'' मिलिंद खोटेच म्हणाला, ''आपण कुठले?''

''बेटा, संन्याशाला कुठला ठिकाणा? आकाश हे वस्त्र आणि पृथ्वी ही शय्या.'' हात उडवीत आणि डोळे मिटीत स्वामीजी म्हणाले.

''मग आपण कुठं जाणार?''

''जम्नोत्रीला जायची आज्ञा झाली, बाबा.''

''कुणाची?''

''संन्याशाला आज्ञा कोण करणार?'' आकाशाकडे बोट दाखवून स्वामीजी म्हणाले.

मिलिंद बोलत बसला होता; पण त्याचे मन रमत नव्हते. जेव्हा बाबा भस्म घेऊन आले, तेव्हा त्याची सुटका झाली. बाबांचा चेहरा घामाने डवरला होता. डोळे पाणावले होते. धाप लागली होती. तरी चेहऱ्यावर तेच हास्य होते.

स्वामीजींनी विचारले,

''आणलंत भस्म?''

''हो!'' बाबांनी खांद्याला अडकवलेली झोळी काढली. पुडी सोडून पाहत असता स्वामीजींचे लक्ष बाबांच्या चेहऱ्याकडे लागले होते. रोखलेली नजर तशीच ठेवीत स्वामीजी म्हणाले,

''शिवालयातलंच आहे ना?''

''हां! त्याबद्दल खात्री असावी.''

''छान झालं. आता मी स्नानाला जाईन.'' स्वामीजी उठत म्हणाले, ''ह्या वैष्णवांचा भरवसा कुणी सांगावा?''

मिलिंदला काही बोलता आले नाही. राग आवरीत त्याने विचारले,

''आपला आहार?''

''काही नाही. फक्त रोटी आणि पालेभाजी... बस्स!''

"बस्स!" उपरोधाने मिलिंदने विचारले.

पण संन्याशाच्या ते लक्षात आलं नाही. ते म्हणाले,

"बस्स!"

– आणि ते स्नानासाठी बाहेर पडले.

मिलिंद बाबांच्याकडे गेला. बाबा हात उशाला घेऊन झोपले होते. मिलिंद जवळ गेला. बाबांनी नेत्र उघडले. मिलिंदने घाबरून विचारले,

"बाबा, का झोपलात?"

"काही नाही, बेटा! थोडा थकवा आला, म्हणून पडलो. आता ह्या वयात धावपळ जमत नाही. थोडा वेळ पडलो, की वाटेल बरं."

मिलिंद सरळ नंदिनीच्या खोलीकडे गेला.

राहुल दारातूनच ओरडला,

"आई, बाबूजी आले."

राहुलच्या मस्तकावरून हात फिरवीत मिलिंद म्हणाला,

"नंदिनी! स्वामीजी फक्त रोटी आणि पालेभाजी घेतील. बस्स!"

नंदिनीने हसत विचारले,

"पुन्हा नाही ना भांडलात?"

"काय बिशाद आहे भांडायची? एकदाच अक्कल शिकावी माणसानं. माफी मागून, खुशामत करून मोकळा झालोय् मी. पण, नंदिनी सांगून ठेवतो, आता बाबा आहेत, तू आहेस आणि ते स्वामीजी आहेत. मला त्यांचं तोंडही पाहायची इच्छा नाही." एवढं बोलून मिलिंद वळला.

आपल्या खोलीवर जाईपर्यंत नंदिनीचे हसणे त्याच्या कानांत घुमत होते...

मिलिंद खोलीत पाय ठेवतो, न ठेवतो, तोच पाठीमागून राहुल धावत आला आणि म्हणाला,

"बाबूजी, आज आंघोळीला नाही जायचं?"

"आज दोन प्रहरी जाऊ. नाही तर सुट्टी घेऊ!"

"पण आई रागावेल ना!"

"तिला माझं नाव सांग."

राहुल पळत गेला.

मिलिंद पुस्तक वाचीत पडून राहिला.

नंदिनी जेव्हा खोलीत आली, तेव्हा त्याचे लक्ष तिच्याकडे गेले. तिने ताट आणले होते. कृष्णाजीन पसरून तिने ताट ठेवले आणि ती परत गेली. येताना तांब्या, पंचपात्र घेऊन आली.

"उठा."

"मी एकटाच? आणि ते स्वामीजी?"

"त्यांचं तोंड पाहायची इच्छा नव्हती ना? त्यांचं झालं जेवण."

"भोजन झालं?"

"हो! त्यांचं झाल्यावर इकडेच आले."

"त्यापेक्षा असं का नाही म्हणत, की ते अतिथी नवे, महत्त्वाचे. त्यांना आधी वाढलं आणि मग तुम्हाला."

"तसं म्हणू शकता. आपण उठा."

मिलिंद उठला. जेवण झाल्यावर ताट घेऊन जाताना नंदिनी म्हणाली,

"रात्री एकदमच वाढीन मी. तेव्हा चारचौघांत होय-नाही म्हणू नका."

"छे, छे! नंदिनी, मी थट्टेनं म्हणालो. मला ते जमायचं नाही."

"फक्त दुसऱ्याला दुखवायचं तेवढंच जमतं ना?" असे म्हणून गडबडीने ती निघून गेली.

त्यानंतर मिलिंदला झोप आली नाही. तो उठला. बाहेर जाऊन त्याने पाहिले.

बाबा अद्याप झोपलेलेच होते. राहुलही कुठे दिसत नव्हता. स्वामीजींच्या खिडकीजवळ जाऊन त्याने आत नजर टाकली.

स्वामीजी डोळे मिटून झोपले होते. राहुल त्यांचे पाय चेपीत होता.

मिलिंदचा डोळ्यांवर विश्वास बसत नव्हता.

राहुलने जेव्हा मागे वळून पाहिले, तेव्हा मिलिंदने त्यास डोळ्यांनी खुणावले. हसून त्याने प्रत्युत्तर दिले.

मिलिंद आपल्या खोलीत गेला. थोड्या वेळाने राहुल आला. तो आत येताच मिलिंदने विचारले,

"राहुल, कुणी सांगितलं तुला त्यांचे पाय चेपायला?"

"आईनं!"

"आपणहून?"

"स्वामीजी म्हणाले, पाय दुखतात. म्हणून आईनं मला पाठवलं."

"आणि आई कुठं आहे?"

"ती धुणं घेऊन नदीवर गेलीय्."

"चल, राहुल, माझंही धुणं पुष्कळ शिल्लक राहिलंय्. आज आपण धुण्याचा कार्यक्रम आटोपू."

"पण स्वामीजींच्याकडे कोण बघणार? आईनं सांगितलंय्..."

"तिला मी सांगेन. आणि स्वामीजींना काही लागलं सवरलं, तर बाबा आहेतच की."

मिलिंदने आपले धुवायचे कपडे घेतले. दोघेही मठाबाहेर पडले.

पायऱ्यांवर येताच राहुल म्हणाला,

"ती बघा, बाबूजी, आई."

"कुठं?" राहुलने बोट केलेल्या दिशेकडे पाहत मिलिंद म्हणाला. नदीच्या काठावर एक ओणवी झालेली व्यक्ती दिसत होती.

दोघेही पायऱ्या उतरत होते. पायऱ्या संपवून ते नदीच्या रोखाने चालू लागले.

ऊन लागत होते, घाम ओघळत होता. सारी वनश्री त्या तळपत्या उन्हात न्हाऊन निघाली होती. नदीचे पात्र उथळ असल्याने घोंघावत जात होते.

नंदिनी त्या उथळ पात्रात ओणवी होऊन कपडे धूत होती. वस्त्र आवरून घेतल्याने गुडघ्यांपर्यंत पाय उघडे दिसत होते. खांद्यावरून पदर आवळून घेतल्याने तिचा केशसंभार उठून दिसत होता.

तिने वर पाहिले. मिलिंदला आणि राहुलला बघताच तिने आपले वस्त्र सारखे करून घेतले. तिच्या चेहऱ्यावर तुषार उडाले होते. काही आखूड केसांच्या बटा तिच्या मस्तकी रुळत होत्या. आपल्या दंडावरचे पाणी टिपीत तिने विचारले,

"काय, बाबूजी, झोप नाही आली? राहुल, स्वामीजींच्याजवळ कोण आहे?"

राहुलने मिलिंदकडे पाहिले.

मिलिंद म्हणाला,

"ते झोपलेत. हा म्हणाला, तुम्ही धुण्यासाठी गेलात. मलाही धुण्याची आठवण झाली. म्हटलं, सामुदायिक धुणं करावं."

मिलिंदने बोलता बोलता पाहिले. भगव्या छाटीचे पिळे दगडावर ठेवले होते. तिकडे बोट करीत मिलिंदने विचारले,

"बाबांचे?"

"नाही. स्वामीजींचे. बाबा शक्यतो आपलं काम आपणच करतात."

"स्वामीजींनी सांगितलं?"

"त्यात काय झालं?"

"काही नाही. त्यांनी हे केलं नसतं, तरच आश्चर्य! पण आपली सेवावृत्ती ह्या मुलावर का लादलीत?"

"केव्हा?"

"हा पाय चेपत होता, ते?"

"त्यात काय झालं? काही वाईट व्हायचं नाही."

"चल बेटा, राहुल." मिलिंद हसून म्हणाला, "पाहू, ही स्वसेवा आपल्यालाही जमते का?"

त्याने पँटला घड्या घातल्या. पँट गुडघ्यांपर्यंत करून कपडे घेतले आणि तो पाण्यात उतरला. एक चांगला दगड बघून त्याने पाण्यात कपडे बुचकाळले. एकेका कपड्याचा फुगा बनून तो पाण्याच्या प्रवाहाबरोबर वाहू लागला.

मिलिंद ओरडला,

"अरे, धर धर."

राहुलने पाणी उडवीत कपडे पकडले.

नंदिनी हे पाहत हसत होती.

एक एक कपडा घेऊन मिलिंद तो दगडावर आपटीत होता. तोल सावरत होता. कपडा आपटण्यासाठी जेव्हा उचलला जात होता, तेव्हा तो पाठीवर पडत होता. पाठीवरचा शर्ट भिजत होता.

राहुल नंदिनी-मिलिंदकडे आळीपाळीने पाहत होता.

नंदिनीने हातातले वस्त्र दगडावर ठेवले व ती नजीक आली. म्हणाली,

"बाबूजी, द्या ते कपडे, मी धुईन."

"नको. मी धुतो. जमेल मला."

"ते दिसलं. आणा ते कपडे. तुम्हाला नाही जमायचं."

"का नाही जमणार?" हट्टाला पेटून मिलिंद म्हणाला, "फार तर तुमच्याइतके स्वच्छ होणार नाहीत कपडे."

"मळ निघत नसेल, तर धुण्याच्या भरीला पडू नये माणसानं."

"जय गुरुदेव!" हात जोडून मिलिंद भिजलेल्या कपड्यांकडे बोट करीत म्हणाला, "घ्या."

नंदिनीने ते कपडे उचलले आणि ती आपल्या जागी गेली.

तिच्याकडे पाहत मिलिंद अद्याप पाण्यातच उभा होता.

आपल्या पँटच्या पृष्ठभागाला हात पुशीत तो राहुलला म्हणाला,

"बेटा राहुल, आपल्याला आयुष्यात काहीही जमायचं नाही!"

नंदिनी हसून म्हणाली,

"...आणि म्हणूनच काही माणसांना हे करावं लागतं. त्यांना कष्टाची सवय असते."

"सेवाधर्माचा विजय असो!" आणि एवढे बोलून मिलिंद बाहेर आला.

खाकी पँट, खाकी शर्ट घातलेल्या, पँड गुडघ्यांपर्यंत वळवलेल्या, केस विस्कटलेल्या मिलिंदकडे पाहून नंदिनीला हसू फुटत होते. ते दाबण्याचा ती प्रयत्न करीत होती. शेवटी ती म्हणाली,

"मिलिंदबाबू! तुम्ही फिरून या. मी तोवर धुणं आटोपते."

"का इथं बसलं तर नाही चालणार?"

"जा म्हटलं ना!"

"ते माहीत आहे. चल, राहुल, आपण चक्कर मारून येऊ."

राहुल-मिलिंद नदीच्या काठाने फिरून आले, तेव्हा नंदिनीने धुणे आटोपले होते. दगडावर धुतलेल्या पिळ्यांची चवड होती.

"झालं धुणं?" मिलिंदने विचारले.

"हो!"

नंदिनीने घागर भरून घेतली. त्या वेळी मिलिंद पुढे आला आणि म्हणाला,

"आता माझं एक ऐकशील?"

"काय?"

"ही घागर मी घेईन. तू पिळे घे."

"पण ते जमायचं नाही तुम्हाला."

"पाहू."

“ठीक!” नंदिनी हसून म्हणाली.

मिलिंदने घागर उचलली. पायऱ्यापर्यंत पोहोचेपर्यंत त्याचा हात भरून आला. पायऱ्याजवळ येताच त्याने उजव्या हातातली घागर डाव्या हाती घेतली. चार पायऱ्या जाताच त्याने परत घागरीचा हात बदलला.

नंदिनी पुढे झाली व म्हणाली,

“पुष्कळ झालं. आता तरी द्या ती घागर.”

मिलिंदने नंदिनीकडे पाहिले. पराजय कबूल केल्याखेरीज गत्यंतर नव्हते.

मिलिंदने ती घागर पायरीवर ठेवली.

नंदिनी म्हणाली,

“हे पिळे तेवढे सांभाळून आणा.”

मिलिंदने काही न बोलता पिळे हातात घेतले. नंदिनीने काखेत घागर घेतली आणि ती पायऱ्या चढू लागली. चार पायऱ्या चढून ती वळली. मिलिंदकडे पाहत ती म्हणाली,

“बाबूजी, तुमचे अथवा माझे कपडे पडले, तर चालतील; पण स्वामीजींचे कपडे तेवढे जपा. नाहीतर माझ्या माथी दोष येईल.”

“चिंता नसावी. चलावं, गुरुदेव!”

नंदिनी हसत वळली.

ते वर आले, तेव्हा स्वामीजी बाबांबरोबर गप्पा मारीत बसले होते. बाबांची मुद्रा प्रसन्न दिसत होती. जवळ जाताच बाबा म्हणाले,

“ये, बेटा मिलिंद, बैस.” हातांतल्या पिळ्यांकडे पाहत ते म्हणाले, “अरेरे, आज तुला काम करावं लागलं, वाटतं?”

“नाही, बाबा. मी फक्त हे आणलं.” पिळे राहुलच्या हाती देत मिलिंद म्हणाला.

राहुल नंदिनीपाठोपाठ पिळे घेऊन गेला. मिलिंद बाबांच्या शेजारी बसला.

“बाबा, कशी आहे तब्येत?”

“ठीक आहे आता.”

“आपली तब्येत ठीक नव्हती? काय होत होतं?” स्वामीजींनी विचारले.

"मामुली सर्दी-खोकला."

"ठीक. मग काही काळजी नाही." स्वामीजी म्हणाले, "तेव्हा मी काय सांगत होतो? हां हां! आठवलं. महारुद्र करायचा संकल्प मी सोडला आहे."

"छान, चांगली कल्पना आहे."

"पण जगाच्या या मिथ्या व्यवहारात पैशाविना अडतं. तशी मी योजना केली आहे; पण थोडे पैसे कमी पडतात. एवढा रुद्र केला, की समाधान वाटेल मला."

"जरूर वाटेल! किती पैसे कमी पडतात?"

"फार नाही. पंचवीस रुपये दिलेत, तरी भागेल."

"मग चिंता करू नका. देईन मी."

"हे मला माहीतच होतं. त्याशिवाय का मला दृष्टान्त झाला!" स्वामीजी म्हणाले, "मग मी आता जातो."

"का?"

"आज वस्तीला गोपाळपूरलाच जाईन. उद्या उठून जम्नोत्रीचा रस्ता धरीन."

"पण अद्यापि आपले कपडे वाळले नसतील."

"तसेच पिळे घेऊन जाईन मी."

स्वामीजींनी दहा मिनिटांत सारे आवरले.

त्यांची जायची सिद्धता होताच बाबांनी पंचवीस रुपये त्यांच्या हाती ठेवले. ते घेऊन स्वामीजी निघून गेले.

एक मोठे ओझे हलके झाल्यासारखे मिलिंदला वाटले. स्वामीजींना प्रवेशद्वारापर्यंत पोहोचवून तो बाबांच्या पाठोपाठ गेला. बसता बसता तो म्हणाला,

"अजब संन्यासी!"

"का?"

"बाबा, मग अशांनी संन्यास का घ्यावा?"

"कपडे बदलून मन बदलत नसतं, मिलिंद. ते बदलावं लागतं, हे अनेकांच्या ध्यानी येत नाही; पण प्रयत्न करायला काय हरकत आहे?"

"आपल्याला नाही पटत." मिलिंद मान हलवीत म्हणाला. "जर कृष्णाबद्दल एवढी अप्रीती असेल, तर यायचंच नव्हतं इथं."

"तो संस्काराचा भाग आहे. अरे, कैक कट्टर वैष्णव असे आहेत, की जे शिवाचं नावही उच्चारायला धजत नाहीत."

"पण, बाबा, तुम्ही सांगायला पाहिजे होतं, की एवढा उर्मटपणा बरा नव्हे."

"मिलिंद, अरे, तो असा का झाला असेल, याची कल्पना आहे का तुला? संन्यास घेऊनही तो स्थिर झाला नाही. त्याला शांती लाभू शकली नाही, क्रोध सुटलेला नाही. सत्ता गाजवण्याची हौस आहे. तू, मी, नंदिनी... आपण सारेच दुःखी; पण त्याहीपेक्षा त्याचं जीवन फार दुःखी आहे. आपण स्वतःला सावरू शकतो. दुःखाला मुरड घालू शकतो. त्याला ते जमत नाही. त्यालाच अधिक जपण्याची, आवरण्याची आवश्यकता आहे."

मिलिंद काही बोलला नाही. तो तसाच स्तब्ध बसला.

अचानक त्याने विचारले,

"बाबा, इथं असे अनेक प्रवासी येत असतील, नाही?"

"नाही, बेटा, इथं फारच क्वचित प्रवासी येतात. पूर्वी हा जम्नोत्रीचा रस्ता होता. तेव्हा इथं प्रवासी येत असावेत; पण ही वाट फार बिकट, म्हणून आता सारे प्रवासी दुसऱ्या वाटेनं जातात. त्यामुळं इकडे कुणी फिरकतच नाही."

"बाबा, एक विचारू?"

"विचार ना!"

"त्या संन्याशाला पैसे का दिलेत?"

"त्याला रुद्र करण्यात समाधान वाटेल, म्हणून!"

"पण ते त्याला मिळेल का?"

"समाधान ज्याचं त्यानं मिळवायचं असतं. ते देऊनही देता येत नाही. कदाचित मिळेलही!"

"त्याच्या रुद्रानं मिळालं नाही, तरी आपल्या आशीर्वादानं खचित मिळेल." असे म्हणत मिलिंद उठला आणि खोलीकडे चालू लागला.

"मिलिंद!"

मिलिंदने वळून पाहिले.

बाबा म्हणाले,

"उद्या मी गोपालपूरला जाणार आहे. येणार?"
"आपण या म्हटलंत, तर."
"चल ना. उद्या तिथं मेळा आहे."
"हो! परत केव्हा यायचं?"
"संध्याकाळी!"
"ठीक! जाऊ आपण."

■

५

देवळातली पहाटेची आरती संपवून जेव्हा बाबा बाहेर आले, तेव्हा ते राहुलला म्हणाले, ''राहुल बेटा, बाबूजींना उठव, जा.''
राहुल पळत गेला.
''बाबूजी... बाबूजी...''
मिलिंदने डोळे उघडले.
''काय, राहुल?''
''बाबांनी बोलावलंय्!''
''आलो ना!'' म्हणत मिलिंद गडबडीने उठला.
त्याने चूळ भरली. पहाटेची थंडी अंगाला झोंबत होती.
त्याने राहुलला विचारले,
''बाबांची तयारी झाली?''
''हो! केव्हाच!''
''तू येणार ना?''
''हो, तर!''
''पण एवढं अंतर चालशील?''
''हो!''
मिलिंदने गरम पँट चढवली. स्वेटर चढवला आणि तो बाहेर आला.
बाबा खरेच तयार झाले होते. त्यांच्या अंगात गरम बंडी होती. डोक्याला कानटोपी होती. विरळ धुक्यात दिसणाऱ्या बाबांकडे पाहून त्याला ख्रिसमसचा म्हातारा आठवला.

मिलिंद जवळ गेला.

बाबा म्हणाले,

"जायचं?"

"हो!"

नंदिनी काढ्याचा वाडगा घेऊन आली. मिलिंदने तो ओठाला लावला.

बाबा म्हणाले,

"चला, निघू आपण."

"आणि नंदिनी येत नाही?"

"नाही. हवं, तर तू विचारून ये."

मिलिंद झपाझप पावले टाकीत नंदिनीकडे गेला.

नंदिनी चुलीपुढे काही तरी करीत होती. तो तसाच खोलीत शिरला. नंदिनी पदर सावरून उभी राहिली.

"हे काय, नंदिनी, तू येणार नाहीस?"

"कुणी सांगितलं, मी येणार, म्हणून?"

"कुणी नाही. पण बाबा म्हणाले, येते का, बघ."

"बाबांचं नाव कशाला?" नंदिनी हसून म्हणाली, "तुम्ही म्हणालात, म्हणून काही बिघडलं नाही. तुम्ही या जाऊन."

"पण इथं एकटी राहून काय करणार? संध्याकाळी येऊ आपण!"

"ते मला माहीत आहे. दोन प्रहरी नैवेद्य आहे. पूजा आहे."

"आणि उद्या तू निघून गेल्यावर कोण बघणार पूजा?"

नंदिनी स्तब्ध राहिली. तिचे हसू लोपले. ती म्हणाली,

"हात जोडते मी तुम्हाला. बाबा खोळंबले असतील. जा तुम्ही." आणि तसाच उभा राहिलेल्या मिलिंदवर नजर रोखीत ती म्हणाली, "जा म्हणते ना!"

"जातो." म्हणत मिलिंद वळला. बाबांच्या जवळ येऊन तो म्हणाला, "नैवेद्य आहे, म्हणते ती."

"तिची इच्छा नाही, तर राहू दे तिला. चला, जाऊ आपण."

तिघे पायऱ्या उतरू लागले. मिलिंद पुटपुटला.

"पण नंदिनी एकटीच राहणार. तिला सोबत..."

"गोपालाची! तिला माणसाची सोबत सुख देऊ शकली नाही.

यापेक्षा तिला गोपालाची सोबत परवडते. मिलिंद, तिची काळजी करू नकोस. ज्याला माणसांनी टाकलं, त्याची काळजी परमेश्वर घेतो.''

तिघे पायऱ्या उतरून खाली आले.

मिलिंदने वर पाहिले.

विरळ धुक्यातून तटाजवळ उभी असलेली नंदिनी दिसत होती.

पहाट होत होती.

बाबा वाटेत अनेक फळांची, फुलांची माहिती सांगत होते. अनेक विषयांवर ते बोलत होते. राहुल थबकलेला दिसताच त्याला पाठकुळी मारीत जात होते.

गोपालपूरला जेव्हा ते पोहोचले, तेव्हा सूर्य बराच वर आला होता. गोपालपूरच्या मेळ्याला जाणारे, रंगीबेरंगी कपडे घातलेले, चित्रविचित्र वेषांतले, लोक भेटत होते. बाबांच्या ओळखीचे त्यांना येऊन प्रणाम करीत होते. त्यांचा आशीर्वाद घेऊन जात होते.

गोपालपूरला जाताच ढोलाचा आवाज कानी पडला.

जंगलात वसलेले ते गोपालपूर छोटेच गाव होते. गावात प्रवेश करीपर्यंत गावाची कल्पना येत नव्हती. गवताच्या छपरांनी सजलेली पन्नास-साठ घरे एवढाच गोपालपूरचा पसारा; पण त्याच गोपालपूरला आज उधाण आले होते. रस्त्यात माणसांचा गजबजाट वाढला होता. ढोलक्याचा आवाज दुसऱ्या बाजूने येत होता.

बाबांना गावात शिरताना पाहून लोकांनी त्यांना घेरले. जो तो येऊन बाबांना वंदन करीत होता.

बाबा क्षेमकुशल विचारीत होते.

ते मिलिंदला म्हणाले,

''मिलिंद, माझं थोडं काम आहे. तेवढं आटपू आणि नंतर आपण मेळ्यात शिरू. चालेल?''

मिलिंद म्हणाला,

''हो.''

तिघे मिळून एका बसक्या घराजवळ गेले.

एका इसमाने गडबडीने बैठक घातली.

बाबा म्हणाले,

"माझी मनीऑर्डर आली ना?"

"हो! आलीय् तर."

"बसा ना."

"नको. मेहमान आहेत, पुन्हा केव्हा तरी येईन."

त्या गृहस्थाने मनीऑर्डरचा फॉर्म व पैसे आणले. त्याने दिलेल्या टाकाने सही करून बाबांनी पैसे घेतले. मनीऑर्डर शंभर रुपयांची होती.

मिलिंदने प्रश्नार्थक नजरेने बाबांच्याकडे पाहिले.

बाबा हसून म्हणाले,

"एके काळी वैद्यकी केली ना, त्याची ही पेन्शन; पण, मिलिंद, इथं पैसे फारसे खर्चच होऊ शकत नाहीत. चल, आपण मेळ्यात जाऊ."

रस्त्यातून तिघे जण जात होते.

अचानक एक इसम वाट काढीत आला. त्याने मिलिंदच्या खांद्यावर हात ठेवला.

"बाबूजी!"

मिलिंदने समोर पाहिले. हसऱ्या चेहऱ्याचा माथुर हात जोडून उभा होता.

त्याची ती ठेंगणी मूर्ती, पिवळट रंग, बसके नाक, अंगात चढवलेला गरम स्वेटर, पायांत तंग विजार हा सारा वेष पाहून मिलिंदला हसू फुटले.

नमस्काराचा स्वीकार करीत मिलिंद म्हणाला,

"कोण, माथुर!"

"बाबूजी, मला वाटलं, तुम्ही गेला असाल."

"तुला न भेटता कसा जाईन, माथुर?"

"आपली कृपा, बाबूजी; पण आज आपण घरी आलं पाहिजे, बाबूजी."

"अरे, पण मी एकटा नाही. बाबा-राहुल बरोबर आहेत."

"कुठं?" माथुरने आजूबाजूला पाहिले.

मिलिंदने आजूबाजूला पाहिले.

बाबा पुढे गेले होते. ते मागे वळून मिलिंदला हुडकीत होते.

मिलिंदने हात हलवला. तो माथुरला म्हणाला,

"ते बघ."

दोघे गर्दीतून वाट काढीत बाबांच्याजवळ पोहोचले.

माथुरला पाहताच बाबा ओरडले,

"अरे, माथुर! आम्ही तुझ्याकडेच निघालो होतो."

माथुरने तशा गर्दीत बाबांच्या पायांवर डोके ठेवण्याची धडपड केली.

त्याला उठवीत बाबा म्हणाले,

"चल, आणि हे बघ कोण आलंय्!"

माथुरने पाहिले.

राहुल त्याच्याकडे पाहून हसत होता. माथुरने पटकन राहुलला उचलले. तिघे मोठ्याने हसले.

आता ढोलक्याचा आवाज नजीक आला होता. गर्दी बरीच झाली होती. समोर देवालय दिसत होते. माथुरने राहुलला खांद्यावर घेतले होते. मिलिंद पुढे सरकला. त्या जमावाच्या मध्ये मोकळी जागा होती. त्यात जाड लोकरीचे कपडे घातलेले, गळ्याशी लोकरीच्या जाळीची वेलबुट्टी असलेले लोक देवळासमोर ढोलक्याच्या तालावर पायांतले जाड जोडे नाचवीत होते. त्यांत जसे तरुण होते, तसेच म्हातारेही होते. बऱ्याच जणांच्या पाठीला जाड फरशा दिसत होत्या.

मिलिंदने विचारले,

"बाबा, या फरशा कशाकरिता?"

"त्या देवाला अर्पण करतात. ह्या फरशा दुरदुरून आणल्या जातात. पहाडी लोकांना पाठीवरून ओझं वाहावं लागतं. तेच पुरुषांचं कर्तृत्व असतं. या फरशा आणून अर्पण केल्या, की प्रकृती निरोगी राहते, अशी श्रद्धा आहे."

"मग या फरशांचं काय केलं जातं?"

"बघ ना देऊळ!"

मिलिंदने पाहिले, देऊळ तशा फरशांचेच होते.

माथुरच्या घरासमोर येताच साऱ्यांची धावपळ उडाली. बैठक घालणे, पाणी देणे यात माथुर घामाघूम झाला.

सारे बसले.

बाबा आल्यामुळे माथुरला धन्यता वाटत होती. बाबांच्या पुढे तर लोकांची रीघ लागली होती. बाबा प्रत्येकाचे क्षेमकुशल विचारीत होते.

असा थोडा वेळ चालला, तोच एक पहाडी इसम तेथे धावत आला. त्याला धाप लागली होती. त्याने येऊन सरळ बाबांचे पाय धरले आणि तो गदगदून रडू लागला.

बाबा त्याला उठवीत म्हणाले,

''अरे किसन, रडतोस का?''

''बाबा, माझी आई फार आजारी आहे. तुम्ही यायला हवं.''

आपल्या तोडक्या हिंदीमिश्रित भाषेतून तो सांगत होता :

''मी विश्राममठावर गेलो होतो. तिथं मैयानं आपण इकडे आल्याचं सांगितलं.''

''रडू नको, किसन. सर्व ठीक होईल. चल, जाऊ आपण.''

बाबांनी झोळी काखेला लावली आणि ते उठले.

माथुर गडबडीने म्हणाला,

''बाबा, थोडा वेळ थांबा, आपल्यासाठी फळं...''

''राहू दे, माथुर! ह्याची आई आजारी आहे. जेवढं लवकर जाता येईल, तेवढं जायला हवं. ते माझे मेहमान आहेत ना, त्यांना खूप आग्रह कर.'' आणि मिलिंदकडे वळून ते म्हणाले, ''मिलिंद, तू लवकर परत ये. मी परस्परच मठावर येईन. माथुर...''

''काळजी नको, बाबा, मी पोहोचवीन.''

बाबा निघून गेले.

भोजनानंतर मिलिंद परत मेळ्यात फिरला. त्याने राहुलसाठी गरम स्वेटर व कुडते घेतले. एक पांढरे स्वच्छ कांबळे घेतले. एके ठिकाणी तो थांबला. तेथे काही पातळे, घागऱ्याबरोबर विक्रीला ठेवली होती. पातळे भारी नव्हती. पांढरीही नव्हती. नंदिनी पांढरे नेसते, हे त्याने अवलोकले होते. क्षणभर तो घोटाळला आणि त्याने निळे पातळ खरीदले.

मठाला यायला त्यांना अगदी संध्याकाळ झाली होती. राहुल माथुरच्या पाठीशी होता.

विश्राममठ दिसू लागताच माथुर म्हणाला,

''बाबूजी! मी जातो परत.''

''आता रात्र होईल ना? आता कुठं जाणार? सकाळी जा ना!''

''नको, बाबूजी, राहिलो असतो, पण मेहमान घरी आहेत. बाबांना प्रणाम सांगा.''

''सांगेन.''

माथुर दिसेनासा होताच मिलिंद राहुलला म्हणाला,

''चल, बेटा राहुल. आवो कंधेपर.''

राहुल दिवसभराच्या श्रमांनी पेंगुळला होता. तो चटकन समोर बसलेल्या मिलिंदच्या पाठीला बिलगला. हातांतले सामान तोलत मिलिंद चालू लागला.

मठात येताच त्याने राहुलला खाली सोडले. राहुल पळत पुढे गेला. मिलिंदने बूट काढले व तो सरळ बाबांच्याकडे गेला. बाबा आधीच आले होते.

''ये, बैस.''

मिलिंद बसला.

''खरेदी केलीस, वाटतं?''

''हो, बाबा!'' म्हणत मिलिंदने गठ्ठा सोडला. पातळ व राहुलचे कपडे बाबांना दाखवीत तो म्हणाला, ''हे नंदिनी आणि राहुलकरता घेतलं.''

''छान आहे.''

राहुलच्या हाती देत तो म्हणाला,

''राहुल, जा, हे नंदिनीला दे. जा.''

राहुल पळत गेला.

कांबळ काढून बाबांच्या समोर ठेवीत मिलिंद म्हणाला,

''आणि, बाबा, हे आपल्याकरिता आणलंय्!''

बाबांनी ते कांबळ निरखले आणि म्हणाले,

''माझ्याकरिता?''

''हो! बाजारात हे पाहिलं आणि वाटलं, हे आपल्याकरिता घ्यावं.''

''विनाकारण पैसे खर्च केलेस.''

''का?''

''ह्याच मला काही उपयोग होईलसं वाटत नाही.''

''कारण?''

"मिलिंद, अरे, मी संन्यासी. गरजेपेक्षा अधिक संग्रही ठेवणं हे आम्हाला योग्य नव्हे."

"पण, बाबा..."

"नाही, मिलिंद," त्याला थांबवत बाबा म्हणाले, "ते शक्य नाही. काही नियम कटाक्षानं पाळले गेलेच पाहिजेत!"

"म्हणजे याचा काहीच उपयोग नाही?" हताश होऊन मिलिंद म्हणाला.

"का नाही? जरूर आहे. मला जरी उपयोगी नसलं, तरी तुझी इच्छा असेल, तर ठेवून घेईन मी."

"पण त्याचा उपयोग काय?"

"का नाही? मी जरी ते वापरू शकलो नाही, तरी तुझ्यासारखा एखादा प्रवासी येईल, त्याला त्याचा उपयोग होईल ना!"

"जशी आपली मर्जी!" मिलिंद म्हणाला.

त्याच वेळी राहुल तेथे आला. त्याच्या हाती नंदिनीसाठी घेतलेली वस्त्रे होती. ते पाहताच अधिक खिन्न होऊन हसण्याचा निष्फळ प्रयत्न करीत मिलिंद म्हणाला,

"का, रे? का परत आणलंस? तुझ्या आईला ते आवडलं नाही?"

राहुल म्हणाला,

"आई म्हणाली, की हे परत नेऊन दे."

"का?"

"तिनं काहीच सांगितलं नाही."

राहुलने ते वस्त्र मिलिंदसमोर ठेवले आणि तो परत गेला.

मिलिंदला काय बोलावे, हेच कळत नव्हते.

त्याने बाबांच्याकडे पाहिले.

बाबांनी मिलिंदची अपेक्षा जाणली. आपल्या मानेवर रुळणाऱ्या शुभ्र केसांवरून हात फिरवीत ते म्हणाले,

"मिलिंद! नंदिनीने या वस्त्राचा स्वीकार करायला काहीच हरकत नव्हती, पण..."

"मला माहीत आहे..." मिलिंद तुटकपणे म्हणाला.

बाबा प्रश्नार्थक नजरेने मिलिंदकडे पाहत होते. ते कसेबसे म्हणाले,

"काय?"

"पण ते तुम्ही नंदिनीला सांगू शकणार नाही. हेच ना? ते मला माहीत आहे."

"मिलिंद!"

पण मिलिंद तेथे थांबलाच नाही. ते वस्त्र घेऊन त्याने सरळ खोली गाठली. चौपाईवर ते वस्त्र भिरकावले आणि तो खाटल्यावर बसला. झालेल्या अपमानाने त्याचा भडका उडाला होता. त्याला काही सुचत नव्हते.

त्याच वेळी नंदिनी हुक्का घेऊन आत आली.

मिलिंदने तिच्याकडे पाहिलेही नाही. कोपऱ्यातील दिव्यावर नजर स्थिर करीत तो नुसता बसून राहिला.

नंदिनीने चौपाईवर हुक्का ठेवला व जाण्यासाठी ती वळली. दरवाजाजवळ तिचे पाय अडखळले. ती एकदम वळली. म्हणाली,

"हुक्का ठेवलाय्."

पण मिलिंद काहीच बोलला नाही.

"मिलिंदबाबू!" तिने हाक मारली.

"काय?"

"हुक्का ठेवलाय्!"

"मला माहीत आहे."

"मिलिंदबाबू! आपण राहुलसाठी कपडे घेतलेत, त्याबद्दल धन्यवाद!"

"ठीक!"

"पण माझ्यासाठी घ्यायला नको होतं."

"चुकलं माझं, पुन्हा अशी चूक होणार नाही, याबद्दल खात्री बाळगा."

"बाबूजी!" तिच्या हाकेत आर्तता होती; पण तिकडे लक्ष देण्याची मिलिंदची स्थिती नव्हती.

"ते मला ठाऊक आहे."

"काय?"

"गरजेपेक्षा जास्त बाळगणं हे पाप आहे." नंदिनीच्या नजरेला नजर देत मिलिंद म्हणाला, "सांग ना! 'मी संन्यासिनी आहे, म्हणून!' मला ते वाक्य पाठ झालं आहे."

"खरंच आहे ते. गरजेपेक्षा जास्त साठा माणसानं करू नये; पण त्यासाठी मी ते परत केलं नाही."

"मग?"

नंदिनी काही बोलली नाही. आपली नजर खाली वळवून ती तशीच उभी राहिली.

मिलिंद म्हणाला,

"सांग ना! सारं ऐकायची तयारी मी केलीय्."

"पण तुम्ही ते का घ्यावं माझ्यासाठी?"

"खरं आहे, मी तुझा कोणीच नाही, हे माझ्या लक्षातच आलं नाही. ते तुझ्या लक्षात होतं, तरीही तू माझ्यासाठी स्वयंपाकपाणी करतेस. हुक्का भरून आणून देतेस. माझं धुणंही करायचं तू शिल्लक ठेवलं नाहीस. ह्या चौपाईवरची बिछायत तुझी आहे, हे मला माहीत आहे. त्यामुळं तुझी अडचण होत असावी, हेही जाणवतं. हे सारं तू करते आहेस आणि मी करवून घेतो आहे. ही माझी चूक आहे, हे माझ्या ध्यानी यायला हवं होतं."

"मिलिंदबाबू!" कापऱ्या आवाजात नंदिनी म्हणाली, "असं बोलू नका." तिच्या डोळ्यांत पाणी उभे राहिले.

तिच्याकडे पाहत मिलिंद म्हणाला,

"तुला दुःख व्हावं, म्हणून हे मी बोललो नाही; पण, नंदिनी, तुझ्यासारखी, बाबांसारखी प्रेमळ माणसं मला आजवर जगात भेटलीच नाहीत. या तुमच्या प्रेमळपणानं जीव एवढा ललचावला, की जाणीव असूनही पाऊल बाहेर पडेना."

बोलता बोलता मिलिंदचा गळा दाटून आला. स्वतःला सावरीत तो म्हणाला,

"सारीच उपेक्षा आजवर पदरात आली, त्याला अपवाद इथं तरी कसा असावा? गेल्या आठ दिवसांत मन भारावून गेलं. अकारण वाटलं, की ही सारी माणसं आपली आहेत; पण अपेक्षाविरहित प्रेम ह्या जगात तुम्हीच तेवढं करू शकता, हे मी समजू शकलो नाही. आपल्याला जमेल, असं मला अकारण वाटलं आणि हा अक्षम्य प्रमाद हातून घडला..."

"मिलिंद! असं बोलू नका. शपथ आहे तुम्हाला..."

"ठीक आहे. नाही बोलणार, जा तू."

पण नंदिनी जागची हलली नाही. आसवांनी डबडबलेले नेत्र मिलिंदवर रोखीत ती म्हणाली,

"पातळ कुठं आहे?"

"का?"

"मला हवं आहे ते."

"माझ्या समाधानासाठी? नंदिनी! अतिथीच्या सेवेसाठी तू काय करतेस, हे मला ठाऊक आहे. ते मी पाहिलं आहे. त्या भावनेनं हा उपचार दाखवून तू माझा आणखी उपमर्द करू नकोस."

"नाही, पण जेव्हा ते माझ्यासाठी घेतलंत, तेव्हाच ते माझं झालं आहे. त्यावर तुमचा काही हक्क नाही." एवढे बोलून नंदिनीने चौपाईवर ठेवलेले पातळ उचलले आणि ती म्हणाली, "घेऊन जाते मी."

"जा! पण मला माहीत आहे, की तू ते कधीच उलगडणार नाहीस. तुला ते जमणार नाही."

"पाहू!" नंदिनी एवढे बोलून निघून गेली.

दुसऱ्या दिवशी मिलिंद मंदिरात गेला, तेव्हा कृष्णपूजेत मग्न असलेली नंदिनी त्याला दिसली. विस्फारित नेत्रांनी तो तिची पाठमोरी आकृती न्याहाळीत होता.

तिच्या अंगावर मिलिंदने घेतलेले ते पातळ दिसत होते...

६

दोन प्रहरी मिलिंदचा डोळा लागला होता. बाबांच्या हाकेने तो जागा झाला. त्याने डोळे उघडले. दाराशी बाबा उभे होते. गडबडीने मिलिंद उठला व म्हणाला,

"या ना, बाबा."

बाबा आत आले. ते म्हणाले,

"आता बसायला वेळ नाही. उखीला जाऊन येतो मी."

"उखी? कुठं आहे उखी?"

"जरा दूर आहे. एक गृहस्थ आला आहे. त्याचा मुलगा फार आजारी झाला आहे. उद्या दोन प्रहरी पोहोचेन ठिकाणाला. परवा जरी निघालो, तरी परत तेवढाच वेळ लागणार. म्हणजे कमीतकमी तीन दिवस तरी लागतील."

"मग मी येऊ बरोबर?"

"नको, त्याची गरज नाही. मी येईपर्यंत सगळीकडे लक्ष ठेव. बैस तू."

बाबा निघून गेले.

मिलिंद डोळे चोळत बसला होता.

सारं ध्यानात येताच तो ताडकन उठला.

तटाच्या प्रवेशद्वारापाशी नंदिनी, राहुल उभे होते. मिलिंद तेथे पोहोचला.

त्याने पाहिले, तो बाबा झपझप पायऱ्या उतरत होते. पाठोपाठ एक पहाडी इसम जात होता.

मिलिंद म्हणाला,

"बाबा गेले?"

"हो!" नंदिनी म्हणाली आणि आत गेली.

राहुल तेथेच उभा होता.

मिलिंद म्हणाला,

"राहुल, चल, आपण आता जाऊ."

दोघे आत गेले.

पुन्हा झोप येणे शक्य नव्हते.

मिलिंद बाबांच्या कट्ट्यावर जाऊन बसला. बाबा गेल्यामुळे एकदम त्याला एकाकी वाटू लागले.

जवळच राहुल बसला होता. दोघेही काही बोलत नव्हते.

काही वेळाने तेथे नंदिनी आली.

"असे बसून काय राहिलात?"

"मग काय करू?"

"जा ना, फिरून या जा. झोप येत नसेल, तर..."

"पण तू एकटी..."

"तर तर... मग काल काय सोबतीला तुम्ही होता?"

"जशी आज्ञा!" म्हणून मिलिंद उठला. तो राहुलला म्हणाला, "चलो, बेटे, हम घूमकर आयेंगे..."

दोघे हसत हसत बाहेर पडले. मनमुराद फिरून दोघे संध्याकाळी परत आले.

राहुलने खोलीत जाऊन आपण आल्याची वर्दी दिली आणि तो परत आला, तेव्हा मिलिंद खाटल्यावर पडला होता. तेथे जाऊन राहुल बसला.

काही वेळाने राहुल म्हणाला,

"बाबूजी!"

"काय राहुल?"

"तुम्हाला गोष्ट सांगता येत नाही?"

"येते तर!"

"खरं?" "मग सांगा ना."

"सांगतो, झोप इथं."

राहुल मिलिंदशेजारी झोपला.

"सांगा ना, बाबूजी!"

"अरे, पण विचार करू दे."

"हं!"

"बरं तर, ऐक."

मिलिंदने एक दीर्घ जांभई दिली.

राहुल म्हणाला,

"सांगा."

"एक असंच ठिकाण होतं."

"हं."

"त्या किल्ल्यावर एक बुरूज होता."

"हं."

"त्या बुरुजावर एक राजकन्या होती. अगदी सुंदर होती. चित्रातल्या बाहुलीसारखी. तिला एक तुझ्यासारखा मुलगा होता."

"आणि त्याला बाबा नव्हते?"

"ते मला माहीत नाही; पण त्या किल्ल्यावर दुसरं कोणी नव्हतं."

"मग काय झालं?"

"एकदा एक राजकुमार घोड्यावरून तिथं आला."

मिलिंद एकदम थांबला.

नंदिनी आत येत होती. हुक्का चौपाईवर ठेवीत ती म्हणाली,

"बाबूजी! ती राजकन्या नव्हती. ना तो राजपुत्र होता. ती एक जगानं उपेक्षिलेली स्त्री होती. बस्स."

– आणि ती आत आली, तशी निघून गेली.

ती जाताच राहुल मिलिंदला म्हणाला,

"सांगा ना."

"आता नाही. तू नंदिनीकडे जा. नाही तर झोपशील."

राहुल उठून बाहेर गेला. मिलिंद उठला आणि त्याने हुक्क्याची नळी तोंडाला लावली.

"बाबूजी!"

आत येणाऱ्या राहुलकडे पाहत मिलिंदने विचारले,

"काय, रे?"

"आईनं बोलावलंय्."

"कुठं आहे आई?"

"मंदिरात."

मिलिंद उठला आणि राहुलसह मंदिरात गेला.

समया उजळल्या होत्या. त्या समयांच्या ज्योती काडीने मोठ्या करीत नंदिनी उभी होती.

मिलिंद आत जाताच नंदिनी म्हणाली,

"बाबूजी, एक अवघड काम आहे."

"काय?"

"बाबा नाही आहेत. त्यामुळं आरतीच्या वेळी घंटा वाजवायचं काम तुम्हाला करावं लागेल. राहुलचा हात घंटेपर्यंत पोहोचत नाही."

"पण मला ते जमेल का?"

"केलंत, तर सारं जमेल."

"आपली तयारी आहे."

मिलिंद घंटेखाली जाऊन उभा राहिला.

उजवा हात घंटेच्या लोलकावर स्थिरावला. राहुलने टाळ हाती घेतला. नंदिनीने कृष्णाची पूजा करून आरती उचलली आणि तिने राहुलकडे पाहिले.

राहुल आरती म्हणू लागला.

'जय जगदीश हरेऽऽ'

त्याच्या तालावर नकळत मिलिंद घंटा वाजवीत होता.

हळूहळू राहुलच्या आवाजाबरोबर नंदिनीचा आवाज उठू लागला. गंभीर घंटानादाच्या तालावर आरतीच्या सुरांनी गाभारा भरून गेला.

आरती संपली.

नंदिनीने जेव्हा आरती मिलिंदसमोर आणली, तेव्हा मिलिंदला नंदिनीचे प्रथमदर्शन आठवले. तो तिच्याकडे पाहतच राहिला.

नंदिनी म्हणाली,

"आरती घेता ना?"

भानावर येऊन मिलिंदने आरती घेतली.

प्रसाद घेऊन झाल्यावर नंदिनी म्हणाली,

"बसा तुम्ही. जेवण झाल्यावर कळवीन मी तुम्हाला."

"नंदिनी!"

"काय?"

"एक विसरलीस! तू पाया नाही पडलीस. घंटा वाजवणाऱ्याच्या पाया पडतेस ना?"

"घंटा वाजवणाऱ्याच्या नव्हे, अधिकारी माणसाच्या!"

"मग मी अधिकारी नाही, वाटतं!"

"अंहं!" हसत नंदिनी म्हणाली.

"मग उद्यापासून मी काही घंटा वाजवणार नाही."

"का?"

"अधिकार असल्याखेरीज आरतीला उभं राहू नये माणसानं."

"पुष्कळ झालं!" म्हणत नंदिनी पुढे आली आणि तिने मिलिंदला वाकून नमस्कार केला. उठत ती म्हणाली, "झालं समाधान? जाते मी."

मिलिंद मोठ्याने हसला. सारा गाभारा त्या हसण्याने भरून गेला.

राहुल निघून गेला, तरी मिलिंद मूर्तीकडे पाहत तेथेच बसून राहिला.

जेव्हा नंदिनी तेथे आली, तेव्हा मिलिंद डोळे मिटून भिंतीला मान टेकून बसला होता. क्षणभर मिलिंदचे रूप न्याहाळीत नंदिनी तशीच उभी राहिली आणि तिने हाक मारली,

"बाबूजी!"

मिलिंदने डोळे उघडले व नंदिनीकडे पाहिले.

"झोप लागली होती?"

"छे! विचार करत होतो."

"कसला?"

"तुला तो परवडायचा नाही."

"नसू दे. उठा, ताट वाढलंय्."

मिलिंद उठला आणि आपल्या खोलीत गेला.

तेथे खरेच ताट ठेवले होते.

त्याने विचारले,

''आणि राहुल?''

''तो जेवून झोपलाही!''

अचानक मिलिंदचे लक्ष खाटल्याकडे गेले.

खाटले रिकामे होते. त्यावर अंथरूण-पांघरूण काहीच नव्हते.

''हे काय? ह्यावरची बिछायत कुठं गेली? आज बाहेर काढायचा बेत दिसतो, की काय?''

''हो!''

''म्हणजे?''

''आज बाबा नाहीत. मी एकटीच तिकडे आहे. तेव्हा बाबा येईपर्यंत बाबांच्याच जागी झोपलं पाहिजे तुम्हाला.''

''हा हुकूम झाला.''

''हवं तर तसं समजा.''

''पण मी काही बाबा नाही. थंडी वाजेल उघड्यावर.''

''वाजली, तर काही बिघडणार नाही! जेवा पाहू.''

बाबांच्या ओसरीवर मिलिंदचे अंथरूण घातले होते. धुनी प्रज्वलित केली होती.

मिलिंद तेथे जाऊन बसला. नंदिनीने आणून दिलेला हुक्का ओढीत तो बसून राहिला.

रात्र चढत होती. मंदिराच्या परिसरात धवल चांदले फाकले होते.

मिलिंदला झोप येत नव्हती. आत येणाऱ्या गार वाऱ्याने धुनीतली लाकडे फरफरत होती. त्याच्या नाजूक ज्वाला वर जात होत्या. त्या पाहत बरीच रात्र होईपर्यंत मिलिंद जागा होता.

■

७

पहाटे राहुलच्या हाकेने मिलिंदला जाग आली.

"काय, रे राहुल?"

"आरतीला बोलावलंय् आईनं."

मिलिंदने पाहिले.

सारे आवार दाट धुक्याने आच्छादलेले होते. थंडी मनस्वी होती.

मिलिंद उठला. त्याने आपली कानटोपी किंचित खाली ओढली.

मंदिरात त्याला नंदिनी भेटली. तशा थंडीतही तिच्या अंगावर गरम कपडे नव्हते.

आरती संपल्यावर ती म्हणाली,

"आज पहाटे उठावं लागलं."

"काही हरकत नाही."

दोघे बोलत मंदिराच्या बाहेर आली.

ती नीरव शांतता, पहाटेचे धुके... सारे वातावरण कसे गूढ बनले होते.

मिलिंद नंदिनीला म्हणाला,

"काय धुकं पडलं आहे!"

"हे काहीच नाही. पावसाळा आला, की नजीकचंदेखील दिसत नाही."

"लपंडाव खेळायला छान आहे."

"हं!"

"पण त्याला तसाच साथीदारही हवा."

नंदिनीने चमकून मिलिंदकडे पाहिले. नंदिनीच्या त्या टपोऱ्या डोळ्यांत कसला तरी आर्त भाव तरळून गेल्याचा भास त्याला झाला.

नंदिनी वळली.

मिलिंदने हाक मारली,

''नंदिनी!''

एकवार नंदिनीने मागे वळून मिलिंदकडे पाहिले. ती कशीबशी म्हणाली,

''जा, बाबूजी, जा आता!'' आणि एवढं बोलून नंदिनी धुक्यात दिसेनाशी झाली.

दोन प्रहरी मिलिंद आपल्या खोलीत वाचीत पडला होता. राहुलच्या हाका त्याच्या कानावर आल्या. पाठोपाठ राहुल धावत आला.

''काय, रे?''

''आईनं बोलावलंय्.''

''मला?''

''हो!''

मिलिंद उठून बाहेर आला आणि नंदिनीच्या खोलीकडे जाऊ लागला.

राहुल ओरडला,

''बाबूजी!''

''काय, रे?''

''आई बाहेर दरवाजाजवळ आहे.''

मिलिंद बाहेर गेला.

नंदिनी प्रवेशद्वाराजवळ पायरीवर बसली होती.

मिलिंद जाताच तिने वर पाहिले.

मिलिंद म्हणाला,

''नंदिनी! मला बोलावलंस?''

''हो! एक गंमत दाखवायची आहे.''

आजूबाजूला पाहत मिलिंद म्हणाला,

''कसली?''

''ते पाहा.''

नंदिनीने बोट केलेल्या दिशेकडे मिलिंदने पाहिले.

...नदीचे उथळ पात्र दिसत होते. दूरवर सुरूची हिरव्या रंगाची दाट झाडी दिसत होती. त्या जंगलाच्या काठाने दूरवरची बर्फाच्छादित शिखरे लक्ष वेधून घेत होती.

ते दृश्य पाहत मिलिंद म्हणाला,

"कुठं आहे?"

"नदीच्या पलीकडे हिरवळीवर पाहा..."

जंगल व नदी यांमध्ये जो कुरणाचा भाग होता, त्याकडे मिलिंदने पाहिले.

तिरप्या किरणांत ते कुरण चकाकत होते. पंधरा-वीस हरणांचा कळप त्या कुरणात उतरला होता. त्यांची पिवळ्या रंगाची अंगे तकाकत होती. हिरव्या गालिच्यावर चाफ्याची फुले दिसावीत तशी!

"अरे, वा! काय सुंदर!" मिलिंद म्हणाला.

"बाबूजी, ती साधी हरणं नाहीत."

"मग?"

"कस्तूरीमृग आहेत ते."

"कस्तूरीमृग? कस्तूरीमृग या जंगलात आहेत?"

"भरपूर!"

"खरंच, नंदिनी, आपल्याच सुवासानं प्रमत्त होऊन ती त्या वासाच्या शोधार्थ धावत असतील का?"

"असतील की! बाकी त्यांना दोष कशाला द्या! काही माणसंदेखील अशीच असतात."

"कशी?"

"ह्या हरणांसारखी! ती सुवासाची जनक असूनही त्या वासाच्या शोधार्थ जग सोडून वनात भटकतात." मिलिंदवर रोखलेली आपली नजर न वळवता नंदिनी म्हणाली, "आणि तरीही व्याध त्यांना शोधत येतातच!"

"पण मी व्याध नाही."

"मी तसं म्हटलं नाही." नंदिनी हसून म्हणाली.

"नंदिनी, खरंच तू म्हणजे एक गूढ आहेस बघ."

नंदिनी त्यावर खदखदून हसली.

"हसू नकोस. गेले आठ दिवस मी पाहतो आहे. तू रूपवान आहेस, गुणसंपन्न आहेस, दयार्द्र आहेस, भावनाशील आहेस. असं हे सारं असताना तू स्वतःला कठोरपणानं का वागवतेस, हे मात्र मला काही केल्या कळत नाही. तुझं मन... जे भावनेच्या एखाद्या हेलकाव्याबरोबरही पाझरून डोळ्यांवाटे स्रवू लागतं... इतकं भावनाशील मन तू अशा एकांतवासात कसं रमवू शकतेस?"

"खरं आहे, बाबूजी!" नंदिनी एकदम गंभीर होत म्हणाली.

"पण हे सारं, मन असलं तर ना? कदाचित मन नसेलही! ते पाहा, बाबूजी."

मिलिंदने पाहिले.

तो कस्तूरीमृगांचा कळप जंगलाच्या दिशेने चौखूर उधळत होता. पाहता पाहता ती हरणे जंगलात दिसेनाशी झाली.

मिलिंद पुटपुटला,

"ही पळून का गेली?"

नंदिनी म्हणाली,

"कदाचित त्यांना व्याधाचा सुगावा लागला असेल."

– आणि एवढे बोलून ती उठली.

तिच्या पाठमोऱ्या आकृतीकडे पाहून मिलिंद म्हणाला,

"का निघालीस?"

"हो!" म्हणत ती वळली आणि पाहता पाहता ती प्रवेशद्वारातून आत दिसेनाशी झाली.

ती गेलेल्या रिकाम्या दाराकडे मिलिंद बराच वेळ पाहत होता.

"बाबूजी!"

मिलिंदने पाहिले.

राहुल उभा होता.

"काय, बेटा?"

"आपण फिरायला जाऊ या?"

"हो, हो! चल ना."

"आईला सांगून येऊ?"

"हो."

राहुल पळाला.

मिलिंद आपल्या खोलीत आला आणि बूट चढवू लागला. जेव्हा राहुल आला, तेव्हा मिलिंदची तयारी झाली होती. दोघेही बाहेर पडले.

संध्याकाळी जेव्हा ते फिरून परत आले, तेव्हा प्रवेशद्वारातच मिलिंदचे पाय थबकले. त्याने राहुलला खुणावले. प्रवेशद्वाराच्या भिंतीला टेकून मिलिंदने आत डोकावले.

मंदिराच्या कट्ट्यावर बसून नंदिनी गात होती. तिचे तोंड मंदिराकडे होते. तिचा आवाज मोठा गोड होता. किनऱ्या आवाजात ती गात होती.

"हे री मैं तो प्रेम दिवानी
मेरा दरद न जाने कौन ।
घायल की गत घायल जाने और न जाने कोय ।
सूली उपर सेज हमारी । किस बिद रहीये सोय ।
मीराके प्रभू गिरधर नागर । वदे सामलिया होय ॥"

गाणं संपताच राहुल एकदम पळत आत गेला.
नंदिनी गडबडीनं उभी राहिली. पाठोपाठ येणाऱ्या मिलिंदकडे पाहत ती राहुलला म्हणाली,
"केव्हा आलात?"
"मघाच!" राहुल फुशारकीने म्हणाला; आणि मिलिंदच्या दटावणीला भीक न घालता तो म्हणाला, "तू गाणं म्हणत होतीस, तेव्हाच आम्ही आलो. बाबूजी म्हणाले, 'थांब.' आम्ही दारातच उभे होतो."
लटक्या रागाने नंदिनी म्हणाली,
"छान केलंत!"
मिलिंद म्हणाला,
"खरंच, नंदिनी... तू एवढं सुंदर गात असशील, असं वाटलं नव्हतं. तुझा आवाज फारच गोड आहे."
नंदिनी म्हणाली,
"आणखीन काय? मी दिसते चांगली, वागते चांगली, माझा

आवाज चांगला आहे. बाबूजी, मी या जंगलात अनेक अशी फुले पाहिली आहेत... की ज्यांना रूप आहे, मधुर सुवास आहे; पण जी ना देवाच्या पायांशी वाहिली जातात, ना लोकांच्या नजरेत येतात. जगात अनेक माणसेही अशी असतात.'' आणि एवढे बोलून नंदिनी आपल्या खोलीकडे निघून गेली.

रात्री आरतीच्या वेळीही ती काही फारसे बोलली नाही.

पहाटेला मिलिंदला जाग आली, कारण नसता त्याने पांघरुणाबाहेर डोकावले.

पहाट होत आली होती. धुके पसरले होते. शुभ्रवेषधारी नंदिनी त्याने पाहिली. तो गडबडीने उठला.

मंदिरात नंदिनी पूजेची तयारी करीत होती.

चाहूल लागताच तिने मागे वळून पाहिले. मिलिंदला पाहताच ती आश्चर्यचकित होऊन म्हणाली,

''लवकर उठलात.''

''हो!''

''राहुल उठला?''

''नाही.''

''मग तुम्ही कसे जागे झालात?''

''सेवा पत्करली आहे ना? एकदा जबाबदारी पत्करली, की झोप आपोआप उडते.''

नंदिनी म्हणाली,

''पण अद्याप पूजेची तयारी व्हायला अवकाश आहे.''

''सावकाश होऊ दे.''

नंदिनी आरतीची तयारी करू लागली.

आरतीची तयारी होताच मिलिंद म्हणाला,

''नंदिनी, राहुलला उठवत नाहीस?''

''आज राहू दे. रात्री त्याचं अंग जरा गरम झाल्यासारखं वाटत होतं.''

''ताप फार तर नाही ना?''

"छे! उगीच गरम झालं होतं. आता ताप नाही. करू या ना सुरुवात?"

"हो!" घंटेखाली उभा राहत मिलिंद म्हणाला,

एखाद्या तंतुवाद्याचा झणकार उठावा, तसा नंदिनीचा आवाज उठू लागला. घंटेचे गंभीर बोल त्याला साथ करू लागले. नंदिनी तन्मयतेने आरती म्हणत होती.

"सुखसरखावत । मनको हारत । जय जगदीश हरे ।"

आरती संपली.

मिलिंदने पुढे आलेली आरती घेतली.

देवापुढे आरती ठेवून नंदिनी वळली.

मंदिराच्या प्रवेशद्वाराशी मिलिंद उभा होता.

खाली पाहत ती जात असताना मिलिंदने हाक मारली.

"नंदिनी!"

नंदिनीने एकदम चमकून वर पाहिले.

तिचे विशाल नेत्र मिलिंदच्या नेत्रांतले भाव टिपीत होते.

मिलिंदने पुढे पाऊल टाकले. तो नंदिनीच्या जवळ गेला.

नंदिनी मिलिंदला न्याहाळीत होती. तिच्या नाकपुड्या रुंदावत होत्या. ओठ भावनावेगाने अलग होत होते.

मिलिंद घोगऱ्या आवाजात म्हणाला,

"नंदिनी!"

– आणि एकदम त्याने तिचा हात पकडला.

त्या स्पर्शाने नंदिनीचे भाव एकदम पालटले. नजरेत भीती तरळली; पण हात सोडवून घेण्याचा प्रयत्न न करता ती म्हणाली,

"मिलिंदबाबू! याखेरीज स्त्री-पुरुषाचं दुसरं कुठलंच नातं नाही का?"

"नंदिनी!"

"मिलिंदबाबू, एकदा आयुष्यात भावनेच्या आहारी जाऊन एक प्रमाद घडला. त्याचं प्रायश्चित्त घ्यायला जन्म पुरायचा नाही. तीच चूक पुन्हा का करवता माझ्या हातून?"

"नंदिनी, जे अजाणपणी..."

"असेलही! नका, बाबूजी, मला छळू नका."

मिलिंदने हात सोडला.

काय बोलावे, हे मिलिंदला सुचत नव्हते.

तो म्हणाला,

''नंदिनी! शक्य झालं, तर हे विसरून जा!''

नंदिनी काही न बोलता गडबडीने मंदिराबाहेर धावली.

दोन प्रहरापर्यंत नंदिनी दिसलीच नाही. मिलिंद बेचैन होता. राहुलबरोबर बोलण्यात त्याचे मन रमत नव्हते. एकटे स्नानाला जायची त्याची इच्छा नव्हती. तो आपल्या खोलीत जाऊन झोपून राहिला.

दोन प्रहरी राहुल बोलवायला आला. मिलिंद मंदिरात गेला. त्याने आरतीच्या वेळी घंटा वाजविली. आरती घेतल्यानंतर नंदिनीने नेहमीप्रमाणे प्रणामही केला; पण नंदिनी काही बोलली नाही. मिलिंदला काही बोलायचा धीर झाला नाही.

आरती झाल्यावर तो परत आपल्या खोलीवर आला.

नंदिनी जेवणाचे ताट घेऊन आली.

पण मिलिंदने तिकडे पाहिलेही नाही.

ती म्हणाली,

''बाबूजी, ताट आणलंय्.''

''मला आज भूक नाही.'' तिची नजर चुकवत तो म्हणाला.

''उठा म्हणते ना!''

''उठेन, पण अट आहे.''

''काय?'' कपाळाला आठ्या घालून नंदिनी म्हणाली.

''तू मनापासून क्षमा केलीस, तर.''

''केली, बाबूजी. उठा बघू. किती छळणार आहात मला?''

मिलिंद हसत उठला.

जेवण झाल्यावर ताट उचलून ती उभी राहिली.

मिलिंद हात धुवून आत येत असता त्याने विचारले,

''का, नंदिनी, का थांबलीस?''

''बाबूजी, तुम्ही माझी माफी मागितलीत: पण तुम्हाला माहीत नाही, की तुमचे उपकार फेडीन म्हटलं, तरी जन्मभर फिटायचे नाहीत.''

"माझे उपकार? कसले उपकार?" मिलिंद न समजून म्हणाला.

"तुम्हाला ते कळायचे नाहीत. बाबूजी, त्याला स्त्रीच व्हावं लागतं."

रात्री जेवणाच्या वेळी अचानक ढगांचा गडगडाट सुरू झाला. विजा लखलखू लागल्या. पावसाच्या सरी कोसळू लागल्या.

राहुल ओवरीवरून धावत आला आणि म्हणाला,

"बाबूजी! आईनं विचारलंय्, ताट आणू?"

"तुझ्या आईला सांग जा, की मी अस्पृश्य नाही..."

राहुल पळत गेला.

थोड्या वेळाने परत आला.

मिलिंदने विचारले,

"काय रे, सांगितलंस?"

"हो."

"काय म्हणाली?"

"ती म्हणाली, की स्पृश्य असाल, तर जेवायला तिकडे या."

मिलिंद राहुलसह नंदिनीच्या खोलीत गेला.

नंदिनीने दोन ताटे वाढली होती. मिलिंदने विचारले,

"राहुल जेवला नाही?"

"नाही. आज त्यानं आपल्याबरोबर जेवायचा हट्टच घेतला. दररोजच पाठी लागतो."

"मग माझ्या खोलीत जेवलो असतो, तर? बेटा राहुल, ही माझी चूक नाही." जेवायला बसत मिलिंद म्हणाला, "हा प्रमाद तुझ्या आईचा आहे. हे पातक तिच्या शिरावर."

"असू दे. करा सुरुवात."

"आज पाऊस होता; म्हटलं, तुला त्रास नको..."

"काही बिघडलं नाही... करा सुरुवात..."

■

८

दुसऱ्या दिवशी दोन प्रहरी बाबा आले. नंदिनीने जाऊन त्यांना प्रणाम केला. तिच्या पाठीवरून हात फिरवीत बाबा म्हणाले,

"बरी आहेस ना, मुली?"

"जी!"

राहुल पाया पडला, तेव्हा त्याला कुरवाळीत त्यांनी विचारले,

"आणि मिलिंद कुठे आहे?"

नंदिनीने राहुलकडे पाहिले. तो म्हणाला,

"बाबूजी झोपलेत. उठवू?"

"नको, झोपू दे."

जेव्हा मिलिंद उठला आणि चूळ भरायला बाहेर आला, तेव्हा राहुल धावत आला. म्हणाला,

"बाबूजी, बाबा आले."

"केव्हा?"

"दोन प्रहरी."

"मग मला का नाही उठवलंस?"

"ते म्हणाले, झोपू देत."

"शहाणा आहेस. त्यांना का झोपलोय् म्हणून सांगायचं?"

गडबडीने केस विंचरून मिलिंद बाबांच्याकडे गेला.

बाबा आपल्या बैठकीवर बसले होते.

मिलिंद तेथे जाताच त्यांच्या पाया पडला.

त्याला जवळ बसवून घेत बाबा म्हणाले,

"ठीक आहेस ना मिलिंद?"

"हो, बाबा. तुम्ही गेलात आणि माझा वेळ अजिबात जाईना."

बाबा नुसते हसले.

मिलिंद म्हणाला,

"बाबा, त्रास नाही ना झाला?"

"नाही, बेटा."

"काल पाऊस पडला, म्हणून विचारलं."

"छे! याचा कसला त्रास? पाऊस आला, तेव्हा तर मी वस्तीवर होतो."

"गेला होता, त्या रोग्याची तब्येत कशी आहे?"

"काही नाही, मामुली त्रास होता. काळजी करायचं काही कारण नाही."

"मग विनाकारण एवढा त्रास झाला तुम्हाला. बोलावताना त्यांनी विचार करायला हवा होता."

"त्यांचा दोष नाही. त्यांना जर काय होतंय् हे समजलं असतं, तर ते कशाला आले असते?"

"पण येथून जाणं..."

"मिलिंद, मी जेव्हा येथून गेलो, तेव्हा तू हवा होतास. त्या मुलाच्या आजीनं माझे पाय धरले. मुलाची माता रडत होती. सारे घर चिंतातुर झाले होते. ते मूल गडबडा लोळत होतं. मी गेल्यावर केवढा विश्वास वाटला त्यांना. वैद्य हा नुसता रोग्याशीच बद्ध नसतो. त्याला कैक वेळा वातावरणदेखील पाहावं लागतं. दोन दिवस अनेक अशुभ कल्पनांनी त्यांची काय अवस्था झाली असेल? त्यातून सुटका केली, हे काही कमी झालं नाही."

"बाबा, तुम्ही डॉक्टर आहात."

"आहे म्हणण्यापेक्षा होतो; पण आता वैद्य झालोय्."

"का?"

"अरे बाबा, हा आपला भारत देश निसर्गानं, मनानं श्रीमंत आहे; पण पैशानं नाही. तो दरिद्री आहे. महाग इंग्रजी औषधं ह्यांना परवडणार कशी?"

"मग?"

"अरे, औषधांना या हिमालयात का तोटा? इथं शिलाजित आहे. कस्तूरी आहे. पांपोरची केशर मिळते. नाना तऱ्हेच्या वनस्पती आणि कंदांनी आपली भूमी संपन्न आहे. फक्त त्याची माहिती हवी आहे. काही अडत नाही. मी इथं आल्यावर हा अभ्यास केला."

"चला, प्रश्नच मिटला."

"कसा?"

"फी मिळत नसणारच!"

"का नाही? मिळते तर. ही बघ."

बाबांनी आपली झोळी काढली. त्यातून त्यांनी एक छोटा बटवा काढला. त्यातून अंड्यासारखे दिसणारे दोन पदार्थ मिलिंदच्या हातावर ठेवले.

"हीच माझी फी."

"काय आहे हे?"

"ही कस्तूरी."

"ही?" ती अंडी निरखीत मिलिंद म्हणाला.

"हो! हे कस्तूरीमृगाचे अंडकोश आहेत. यात कस्तूरी असते. थांब तुला दाखवतो." त्यांनी बटव्यातून एक छोटी बाटली काढली. बूच काढून ती मिलिंदच्या हाती ठेवली व ते म्हणाले, "लांब धरून वास घे. नाही तर नाकातून रक्त येईल. फार उष्ण असते ही."

सारे वातावरण कस्तूरीच्या वासाने दरवळले.

बाटली परत देऊन ती अंडी त्याने बाबांच्यासमोर धरली.

"राहू दे तुझ्याजवळ."

रात्री जेव्हा मिलिंद आरतीला गेला, तेव्हा बाबा तेथे आधीच गेले होते. मिलिंदला पाहताच त्यांना आश्चर्य वाटले. ते म्हणाले,

"अरे, व्वा! मिलिंद, तूही आरतीला?"

"बाबा, तुम्ही गेलात आणि प्रत्येक आरतीला बाबूजी असत." राहुल म्हणाला.

"वा! नंदिनी, छान धरलास वेठीला भक्त."

आरती झाल्यावर जेव्हा मिलिंद जेवायला गेला, तेव्हा जेवताना तो म्हणाला,

"नंदिनी, बाबांनी आज मला कस्तूरी दिली."

"वा! छान झाले, पण बाबूजी, कस्तूरीचा हव्यास असणाऱ्याला कस्तूरीमृग मिळत नाही."

मिलिंद काही बोलला नाही. तो जेवू लागला.

राहुल मात्र बोलण्याचा प्रयत्न करीत होता...

त्या रात्री मिलिंद बराच वेळपर्यंत जागा होता.

सकाळी मिलिंद जागा झाला; पण त्याचे बाबांच्या बरोबर बोलण्यातही लक्ष नव्हते.

दोन प्रहरी जेवण झाल्यावर तो बाबांच्याकडे गेला आणि कट्ट्यावर बसला.

बाबा कसले तरी औषध करण्यात गुंतले होते.

त्यांचे औषध करून झाल्यावर त्यांनी विचारले,

"का, मिलिंद, झोपला नाहीस?"

"नाही, बाबा, झोप लागत नाही."

"मन अस्वस्थ झालं की झोप लागत नाही."

मिलिंद काही बोलला नाही.

बाबांनी विचारले,

"मिलिंद, तुझ्या मनात काही सांगायचं आहे का?"

निर्धार करून मिलिंद म्हणाला,

"हां, बाबा!"

"अरे, मग सांग ना! त्यात संकोच कसला?"

"आता नको, बाबा, संध्याकाळी सांगेन."

"संध्याकाळी सांग. जा, स्वस्थपणे पड जा. त्यानंही तुला बरं वाटेल."

मिलिंद खोलीत गेला. काही बोलला नसतानाही त्याला आता किती तरी हलकं वाटत होतं.

संध्याकाळी त्याला बाबांनी हाक मारली. म्हणाले,

"बेटा, फिरायला जाऊ या?"

"जाऊ या, बाबा."

दोघे निघणार, तोच राहुल तेथे धावत आला. त्याने विचारले,

"बाबा, मी येऊ?"

"नको, बेटा. तू आईजवळ राहा. आम्ही लवकर परत येतो."

"बरं." राहुल म्हणाला.

दोघेही बाहेर पडले.

पायऱ्या उतरताना किंवा नदीकाठावर पोहोचेपर्यंत कोणी काही बोलले नाही.

बाबा आजूबाजूला पाहत पुढे जात होते.

पाठोपाठ मिलिंद खाली बघून जात होता.

नदीकाठावर बाबा बसले.

थोड्या अंतरावर मिलिंद बसला.

संध्याकाळचे किरण पसरले होते. आकाश निरभ्र होते. हवेत झोंबणारा गारवा नव्हता. नदीचे पात्र खळखळत होते. जेथे बसले होते, तेथे जवळच जाड सुरूंची झाडी सरळ आकाशात चढली होती.

बाबा त्या झाडांकडे पाहून म्हणाले,

"मिलिंद, ही झाडं पाहा. ही झाडंदेखील जोडीनं वाढतात."

मिलिंद काही बोलला नाही.

बाबा हसले व म्हणाले,

"सांग ना, काय सांगणार होतास, ते!"

मिलिंदने आवंढा गिळला. तो म्हणाला, "बाबा, मी तुमच्याखेरीज कुणाला सांगणार? लहानपणापासून पोरकेपणात दिवस गेले माझे. आई-वडिलांनी कशाची कमतरता ठेवलेली नाही; पण पैशापेक्षा जे द्यायला हवं होतं, ती मायेची पाखर न देताच ते निघून गेले. मनातलं सांगायला आता तुमच्याखेरीज मायेचं माणूस कोणी नाही..."

"मग नको कुणी म्हटलं? मिलिंद, तुला सांगू? मला नंदिनीबद्दल जेवढा जिव्हाळा वाटतो, तेवढाच तुझ्याबद्दलही. त्यात एवढाही भेदभाव माझ्या मनात नाही."

"बाबा, तो तुमचा चांगुलपणा आहे; पण मी जे बोलणार आहे, ते ऐकून कदाचित तुम्ही माझ्यावर रोष कराल. मला एवढंच सांगायचं

आहे, की जर माझं काही चुकलं, तर मला तुम्ही सावरून घ्या. मी वचन देतो. मी आपल्या बाहेर कधीच जाणार नाही; पण जर तुम्ही गैरसमज करून घेतलात, तर मात्र माझ्या दुःखाला सीमा राहणार नाही.''

"पण ही भीती तुला का वाटावी? मी तुला आपला वाटत नाही का?''

"तसं वाटतं, म्हणूनच ही भीती आहे. बाबा, माझी वृत्तीच निराळी आहे. प्रेम करणं, स्वप्नमय सृष्टीत रमणं हा माझा दोष आहे, पण सर्व गोष्टींत मी जर कशाला भीत असेन, तर ज्यांच्यावर आपण प्रेम करतो, त्यांनीही आपल्याबद्दल गैरसमज करून घ्यावा, याच्याइतकं तीव्र, कटू दुःख नाही. हे सर्वांत तीव्र असं शल्य आहे. मी सारं सहन करू शकेन, पण एवढं दुःख सहन करण्याची ताकद आता माझ्या ठायी राहिलेली नाही. तीच भीती आज मला वाटते आहे.''

"अरे, पण सांग ना. ती भीती वाटायचं कारण नाही.''

"बाबा, कसं सांगावं, तेच मला कळेनासं झालं आहे.''

"हे बघ, मिलिंद, तू नंदिनीकडे आकर्षिला गेला आहेस, हेच सांगणार आहेस ना?''

"कुणी सांगितलं?''

"कुणी कशाला सांगायला हवं? मला माहीत आहे ही अवस्था.''

"बाबा, खरंच मला वाटतं, की नंदिनी जर माझ्या जीवनात येईल, तर माझं सारं आयुष्य सुखाचं होईल.''

"का नाही होणार? खरंच आहे ते. नंदिनीसारखी मुलगी मिळणं कठीण. मी तिला चांगला ओळखतो.''

"बाबा, गेले दहा दिवस मी नंदिनीला पाहतो आहे. ज्या क्षणी मी नंदिनीला पाहिली, त्या क्षणी मला असं वाटलं, की ही आपल्या फार जुन्या परिचयाची आहे. एवढी आत्मीयता मला केव्हाच वाटली नाही. आजवर मी भटकलो. मला हे विसाव्याचं ठिकाण मिळालं, असं वाटलं. बाबा, तुम्हांला सांगताना मला लाज वाटत नाही. माझ्या ठायी सर्व विकार आहेत. हे वासना-विकार गुरगुरत असतात. त्यांची गुरगुर मला ऐकू येते; पण माझ्या स्वप्नातल्या प्रेमाशी हे जमत नाही आणि फुलपाखरासारखी वृत्ती माझी नाही. मला नेहमीच वाटे, एक दिवस ही शाश्वत प्रीती कुणाच्या

ना कुणाच्या रूपानं माझ्या जीवनात येईल आणि माझं पोरकेपण दूर होईल. त्या व्यक्तीच्या प्रतीक्षेत ही सारी विलोभनं मी सदैव गुदमरवीत आलो आहे. इथं आल्यानंतर ती व्यक्ती मला सापडली.''

बाबा गंभीर होऊन सारं ऐकत होते. ते म्हणाले,

''खरं आहे, मिलिंद, तू हे बोलत असताना मला माझे पन्नास वर्षांपूर्वीचे विचार आठवले. वैशाखीला मी प्रथम पाहिलं, तेव्हा मला हेच वाटलं. ही जर तुझी भावना असेल, तर खचीत तू नंदिनीच्या सहवासात सुखी होशील.''

''आपली काही आडकाठी नाही?''

''माझी? ती कशासाठी?''

''मग, बाबा, तुम्ही नंदिनीला विचाराल?''

''मी? नाही, मिलिंद, ते मी विचारू शकत नाही. हा तुझा आणि तिचा प्रश्न आहे. तू तिला विचार. तिचेही विचार तेच असले, तर खात्रीनं तुला ती होकार देईल. तसं झालं, तर मी तुमच्या मार्गात येणार नाही, हे मात्र जरूर सांगेन...''

''पण, बाबा...''

''नाही, मिलिंद, ते शक्य नाही. काश्मीर देशात नाजूक विणकामाच्या अशा शाली तयार होतात, की ते नाजूक धागे तुटू नयेत, म्हणून तिथं वारादेखील फिरकत नाही आणि या एवढ्या नाजूक मनाच्या धाग्यांनी विणल्या जाणाऱ्या वस्त्राला ठिगळं लावण्याचं धाडस मी कसं करू? आता या म्हाताऱ्याचे हात तेवढे नाजूक राहिले नाहीत. चल, मिलिंद, चल आपण परत जाऊ. नाही तर उशीर होईल. माझ्या मनाला वाटतं, की तुझ्या मनोकामना जरूर सफल होतील. तसं झालं, तर तुझ्या सुखाला उणीव भासणार नाही, याची मला खात्री आहे; पण...''

''पण काय, बाबा?''

''तुला नंदिनीचं थोडं पूर्वायुष्य समजणं आवश्यक आहे.''

''बाबा, ते मला जाणून घ्यायची इच्छा नाही. त्यामुळं माझ्यात काही बदल घडणार नाही.''

''त्याबद्दल मला विश्वास आहे; पण आज नंदिनीचा पालक या नात्यानं तुला ते सांगणं आवश्यक आहे. मिलिंद, नंदिनी इथली नाही. ती बंगालची आहे. एका चांगल्या घराण्यात तिचा जन्म झाला. तिच्याच

दूरच्या आप्ताबरोबर तिचा विवाह ठरवला होता. विवाहाआधीच त्या तरुणाला आत्मसमर्पण करण्याचा प्रसंग नंदिनीवर आला. दुर्दैव असं, की थोड्याच दिवसांत त्या तरुणाचा अंत झाला. मानवाच्या संस्कृतीत कुमारी मातेचं काय स्थान असू शकतं, हे मी तुला सांगायचं कारण नाही. जगात टाकलेल्या ह्या फुलाला मी इथं आणलं. राहुल इथं जन्मला. ही आहे नंदिनीची कथा! ती सांगण्याचं माझं कर्तव्य होतं, ते मी केलं.''

"पण त्यामुळं काहीच बिघडलं नाही, बाबा.''

"चल, ऊठ. संध्याकाळ व्हायच्या आत आपल्याला परतायला हवं.''

आरती झाल्यावर मिलिंद आपल्या खोलीत बसला असता नित्याप्रमाणे गुडगुडी घेऊन नंदिनी आत आली. हुक्का चौपाईवर ठेवून ती वळली.

मिलिंद उठला आणि त्याने हाक मारली,

"नंदिनी!''

नंदिनी थांबली. तिचा चेहरा प्रश्नार्थक झाला होता.

मिलिंद सावकाश पावले टाकीत तिच्या नजीक गेला. तिचे दोन्ही खांदे पकडून मिलिंद म्हणाला,

"नंदिनी, आज मला तुझ्याकडून एका प्रश्नाचं उत्तर हवं आहे.''

"काय, बाबूजी?'' तिने कापऱ्या आवाजात विचारले.

"नंदिनी, तू माझ्याशी लग्न करशील?''

नंदिनीचे ओठ थरथरले. ती कळवळली.

"बाबूजी!''

"हां, नंदिनी! माझं हे अपुरं जीवन तुझ्याविना पुरं होणं शक्य नाही. ते आता तुझ्या हाती आहे.''

नंदिनीच्या साऱ्या शरीराला कंप सुटला होता. तिचे विस्फारलेले नेत्र क्षणात स्थिर झाले. त्यांत अश्रू दाटले. सारं बळ एकवटून ती किंचाळली,

"नाही, बाबूजी! ते शक्य नाही! शक्य नाही!!'' आणि ती धडपडत मिलिंदच्या हातून सुटली आणि पदराचा बोळा तोंडात घालून अंधारातून धावत बाहेर पडली.

मिलिंद आश्चर्यचकित होऊन नंदिनी गेलेल्या दिशेकडे पाहत राहिला.

त्याला वाटले होते, की नंदिनीला विचारताच ती आनंदाने बहरून येईल, ती आपल्या हृदयावर विसावेल. म्हणेल,

'मी तुमचीच आहे!'

भानावर येताच मिलिंद अस्वस्थ होऊन उठला. नाना तऱ्हेचे विचार त्याच्या मनामध्ये थैमान घालत होते.

खिन्न मनाने त्याने खिडकी उघडली.

बाहेर टिपूर चांदणे पडले होते. त्या दुग्धधवल चांदण्यात धरित्री नखशिखान्त न्हाऊन निघाली होती; पण ते दृश्य मिलिंदला मोहवीत नव्हते.

सकाळी तो उठला आणि सरळ बाबांच्याकडे गेला.

मिलिंदच्या उतरलेल्या चेहऱ्याकडे पाहताच बाबा काही बोलले नाहीत.

उभ्या उभ्याच मिलिंद म्हणाला,

"बाबा, मी आज जाणार."

"नक्की?"

"हो!"

"का? काल तर तुझा बेत ठरला नव्हता."

पण मिलिंदने काही उत्तर दिले नाही. बाबांनी सरळ विचारले,

"का? नंदिनीने नकार दिला, म्हणून?"

"बाबा!"

"बैस!" त्या शब्दात वेगळीच धार प्रकट झाली होती.

मिलिंद बसला.

बाबा म्हणाले,

"मिलिंद, नंदिनीने का नकार दिला, हे मला माहीत नाही. कदाचित तो नकार नसेलही! पण मला एवढं माहीत आहे, की गेल्या सात वर्षांत एकदाही नंदिनीनं आरती चुकवली नाही. ती नंदिनी काल बोलावूनही मंदिरात आली नाही. अशी ती कधीच वागली नव्हती. ना रात्री तिनं पाण्याचा घोट घेतला. तिचं मन व्याकूळ झाल्याखेरीज असं घडणार नाही! तिनं अपरिमित दु:ख पचवलं आहे. ती दु:खाला हार जाणारी

नाही, हेही मी जाणतो. मग ती कशामुळे व्याकूळ झाली?''

"ते मला माहीत नाही, बाबा. मला एवढंच माहीत आहे, की मला इथून गेलं पाहिजे.''

"कुठं जाणार?''

"ते मलाही माहीत नाही.'' मिलिंदचे डोळे भरून आले. "माझ्या नशिबातच परमेश्वरानं दुःख लिहिलं आहे! त्याला तुम्ही काय करणार? जाईन असाच कुठं तरी.''

"मग इथं काय वाईट आहे? नंदिनी नसली, तरी मी आहे ना!''

"नाही, बाबा, मला ते जमणार नाही!''

"तसं असेल, तर जरूर जा. मी तुला अडवणार नाही.''

"बाबा, रागावलात? निदान तुम्ही तरी गैरसमज करून...''

"नाही, मिलिंद, माझ्या मनात गैरसमज वा दुरावा नाही. गोपालाशपथ! सुटली, म्हण!'' बाबा सद्गदित होऊन म्हणाले, "फारच क्वचित गोपालाची शपथ घेतलीय् मी.''

"सुटली, बाबा!'' आणि एवढं बोलून मिलिंद उठला.

खोलीत जाऊन त्याने आपले सामान गोळा करायला सुरुवात केली. बाहेरच्या कपड्यांची घडी घालीत असता पाठीमागे पावलांचा आवाज झाला. त्याने वळून पाहिले.

राहुल उभा होता. त्याने विचारले,

"बाबूजी! काय करता?''

"सामान गोळा करतो आहे.''

"आज धुवायला जायचं?''

"नाही, राहुल, आज मी जाणार आहे.''

"जाणार?''

"हो!''

"का?''

"गेलं पाहिजे, म्हणून.'' त्याच्याकडे न पाहत मिलिंद म्हणाला.

राहुल पळत निघून गेला.

मिलिंद पुन्हा प्रवासी किटमध्ये कपडे भरू लागला.

काही वेळाने परत दाराशी पावले वाजली. बांगड्यांचा आवाज झाला.

मिलिंदने मागे वळूनही पाहिले नाही.

"मिलिंदबाबू, आज जाणार?"

"हो!"

"का?"

"जावंसं वाटतं, म्हणून."

"खोटं आहे ते! माझ्यामुळं जाता आहात ना?"

मिलिंदने मागे वळून पाहिले.

त्याचे हात जेथल्या तिथे थांबले.

नंदिनीमध्ये केवढा तरी फरक पडला होता.

तिचे नेत्र आरक्त झाले होते. चेहरा पांढरा फटफटीत पडला होता. नाकाचा शेंडा लाल झाला होता.

मिलिंद कसाबसा म्हणाला,

"नाही, नंदिनी, त्यामुळं नाही. माझी का तुझ्यावर सक्ती आहे? मला वाटलं, ते मी बोलून गेलो. तुला वाटलं, ते तू सांगितलंस. त्याबद्दल तुझा राग का धरावा? दुःख झालं असेल, अपमान झाला, तरी तो सहन करायची सवय आहे मला."

"बाबूजी!" नंदिनीचे डोळे भरून आले.

"नंदिनी, तुला दुःख होईल, असं मी वागेन तरी कसा? बोलूनचालून मी एक प्रवासी. याचक. आश्रयासाठी हात पसरून जागा शोधत जाणं हेच माझ्या नशिबी आहे. भिकाऱ्याच्या थाळीत पैसा टाकणाऱ्याला आणि रुपया टाकणाऱ्याला एकच दुवा मिळत असतो. भिकाऱ्याचं मन, थाळीत पडेल, त्यानं भरून येतं. माझ्या जीवनातले हे दहा दिवस मी आयुष्यात विसरणार नाही. हा माझा सुखाचा ठेवा आहे. प्रमाद घडला, तरी त्यामागे वाईट हेतू नव्हता, एवढं ध्यानी घेऊन तू मला क्षमा करावीस..."

"बाबूजी, असं बोलू नका. आज तुम्हाला जाता येणार नाही."

"का?"

आपले डोळे टिपीत नंदिनी म्हणाली,

"बाबूजी, गेले दहा दिवस मी तुमची सेवा करते आहे. तुमचा हुक्का भरून देते आहे. जेवण करते. कपडे धुते. हे सारं मी करते, हे तरी मान्य आहे ना?"

"मी कुठं नाकबूल केलंय्?"

"त्याबद्दल मी काही मागितलं नाही. ते मी आज मागून घेणार आहे."

"मला काही देता आलं, तर त्याइतकी आनंदाची कुठलीच गोष्ट नाही. नंदिनी, मी तुला माझं सर्वस्व देऊ केलं. आता आणखीन काय राहिलंय्?"

"बाबूजी, आज तुम्ही जाऊ नका. द्यायचंच असलं, तर एवढं द्या."

मिलिंदने उसासा सोडला. तो म्हणाला,

"ठीक! नाही जाणार. पण एक दिवस राहून काय होणार आहे?"

"तुम्ही राहिलात, तर तेवढं पुरे आहे. बाकीचं मला ठाऊक नाही." आणि एवढं बोलून नंदिनी निघून गेली.

त्या रात्री बाबा आपल्या ओवरीवर झोपले होते.

अचानक त्यांना जाग आली.

त्यांनी पाहिले,

साऱ्या देवालयाचे आवार शुभ्र चांदण्याने माखून गेले होते. त्याचा अंधुक प्रकाश ओटीवर पसरला होता.

बाबांच्या पायांशी कुणी तरी शुभ्र वेषधारी व्यक्ती बसली होती.

बाबांनी विचारले,

"कोण?"

बाबांच्या कानावर हुंदक्यांचा आवाज पडला. बाबांचे पाय धरून ती व्यक्ती ओणवी झाली. काकणांचा आवाज त्यांच्या कानांवर आला.

बाबा गडबडीने उठले आणि पायांवर मस्तक ठेवून पडलेल्या व्यक्तीला उठवीत ते म्हणाले,

"नंदिनी!" तिला बसते करीत बाबा म्हणाले, "काय झालं, मुली? रडतेस का?"

नंदिनीला जोराचा हुंदका फुटला. ती बाबांच्या गळ्याला बिलगली.

तिच्या पाठीवरून हात फिरवीत बाबा म्हणाले,

"काय झालं, नंदिनी? गप्प, बेटी... रडू नकोस."

"मी काय करू, बाबा? काय करू?"

बाबा म्हणाले,

"पूस ते डोळे."

डोळे टिपून नंदिनी खाली मान घालून बसली. बाबा म्हणाले,

"बेटी, काय सांगू? मिलिंदनं मला विचारलं. त्यालाही मी काही सांगितलं नाही. हा तुमच्या मनाचा, श्रद्धेचा प्रश्न आहे. हा प्रश्न तू मनाला विचारून पाहा. तुला जरूर उत्तर मिळेल. मिलिंदबद्दल मला विचारशील, तर मी सांगेन, की त्याच्यात मला काही दोष दिसत नाही. त्याच्या हाती तू जशी सुरक्षित आहेस, तसा राहुलही. त्याचा मला जरादेखील संशय असता, तर मी जेव्हा त्यानं विचारलं, तेव्हाच त्याला आवरलं असतं. तू ह्याचा शांतपणे विचार कर. गोपाल यातून तुला योग्य मार्ग दाखवील, याबद्दल मला शंका नाही. जा, नंदिनी, फार थकलीस तू. विश्रांती घे. एवढा गोपाल पाठीशी असताना स्वतःच्या शिरावर का एवढं ओझं घेतेस, हेच मला कळत नाही."

नंदिनीने बाबांचे पाय शिवले. बाबांनी तिच्या पाठीवरून हात फिरवला. डोळे टिपीत निघून गेली...

सकाळी मिलिंद उठला. नेहमीप्रमाणे तोंड धुवून तो बाहेर आला.

बाबांची ओवरी मोकळी होती. कोवळी किरणे देवालयात फाकली होती.

तो तसाच देवालयात गेला. तेथे कुणीच नव्हते. त्याने हाक मारली.

"राहुलऽऽ! राहुलऽऽ!"

पण त्या हाकेला प्रत्युत्तर आलं नाही.

तो तसाच नंदिनीच्या खोलीत गेला.

पुढे केलेला दरवाजा त्याने एकदम उघडला.

नंदिनी खोलीत चटईवर पडली होती. आपल्या तोंडावर दोन्ही हात घेऊन ती झोपली होती. मिलिंद आला, तरी तिने हात खाली घेतले नाहीत.

मिलिंद स्तंभित झाला. तो खाकरला आणि म्हणाला,

"राहुल कुठं आहे?"

नंदिनी उठून बसली.

तिचा चेहरा पाहताच मिलिंद जागच्या जागी थिजून राहिला.

माणसाचं दु:ख एवढ्या तीव्रतेने चेहऱ्यावर प्रकट होऊ शकते, यावर त्याचा विश्वास बसला नाही.

नंदिनी म्हणाली,

"बाबांच्याबरोबर फिरायला गेलाय् तो."

मिलिंद आत येऊन तिच्याजवळ बसत म्हणाला,

"नंदिनी, मला खरं सांग, हा त्रास तू का करून घेते आहेस? जेवढी मला शिक्षा झालीय्, तेवढी पुरेशी वाटत नाही का तुला? तुला एवढं दु:ख व्हावं आणि त्याच्या मुळाशी मी असावं... नाही, नंदिनी, तुला मला सांगायलाच हवं."

नंदिनी उठली.

मिलिंद गडबडीने उठला. तिच्या दोन्ही खांद्यांना पकडीत तो म्हणाला,

"नंदिनी, अशी सोडणार नाही मी तुला. तुला ते सांगावंच लागेल."

आपल्या खांद्यावरचे हात दूर करण्याचा प्रयत्न करीत ती म्हणाली,

"जा, बाबूजी, नाही तर मला हे अश्रू आवरणार नाहीत."

"ते दुथडी भरून वाहिले, तरी मी तुला सोडणार नाही. तुझ्याइतकी माझी योग्यता नसेलही. पण तुला जाणून घेण्याची पात्रता..."

"नका, मिलिंदबाबू, असं नका बोलू. माझी कर्मकथा तुम्हाला माहीत नाही."

"माहीत असूनही मला तिच्याशी कर्तव्य नाही, नंदिनी. मला तू जशी आहेस, तशीच हवी आहे. रूपानं, गुणानं. मला त्यात काही बदल नको आहे."

"पण तुम्ही विसरता." ती कळवळून म्हणाली, "मी राहुलची आई आहे. आज सात वर्षं मला त्याची काळजी लागून राहिलेली आहे, बाबूजी... स्वत:चा विचार करायला आता मला सवड नाही... जागा नाही..." आणि एवढं बोलून नंदिनी हुंदके देऊ लागली.

मिलिंदने तिच्या हनुवटीला हात घालून तिची मान उंचावली आणि म्हणाला,

"इकडे बघ."

नंदिनीने त्याच्याकडे पाहिले. तिच्या नजरेला नजर देत तो म्हणाला,

"नंदिनी! ज्या वेळी मी तुला आपली म्हटलं, त्याच वेळी राहुल

माझा झाला नाही का? त्याची खात्री तुझ्या मनाला वाटत नसेल, तर तू माझ्या मागणीचा मुळीच विचार करू नकोस, हा माझा तुला सल्ला आहे.''

नंदिनीचे ओठ थरथरले. नाकपुड्या स्फुरण पावू लागल्या. आपली उंच आणि सडपातळ मान उंच करीत ती उद्गारली,

''मिलिंद!...''

– आणि तिने आपली मान मिलिंदच्या छातीवर विसावली.

हाताने तिचा चेहरा पुन्हा उंचावत मिलिंद म्हणाला,

''खुळी कुठली! केवढा अकारण त्रास करून घेतलास?''

– आणि एवढे बोलून मिलिंदने तिचे अश्रूंनी भरलेले डोळे आपल्या ओठांनी टिपले आणि तिला मिठीत घेतले.

स्वत:ला सोडवून घेत ती म्हणाली,

''जा तुम्ही. मला फार काम आहे...''

मिलिंद हसला आणि म्हणाला,

''ते मला माहीत आहे.''

– आणि एवढे बोलून तो खोलीबाहेर पडला...

दोन प्रहरी आरती झाल्यावर नंदिनी बाबांच्या पाया पडण्यासाठी वाकली. त्याच वेळी मिलिंद पुढे झाला आणि नमस्कार करीत म्हणाला,

''बाबा, आम्हाला आशीर्वाद द्या.''

दोघांना उठवून जवळ घेत बाबा म्हणाले,

''अरे, तुम्ही माझे आहात. तुमचं चांगलं व्हावं, यापेक्षा माझी दुसरी इच्छा ती काय असणार? जे कृष्ण-राधेला सापडलं, ते चिरंतन, शाश्वत प्रेम तुम्हाला मिळो, हाच माझा तुम्हास आशीर्वाद आहे!''

■

१

त्या दिवशी सायंकाळी मिलिंद बाबांच्या जवळ
बसला होता.

बाबांचे चित्त ठिकाणावर नव्हते.

बाबांची ही अस्थिरता मिलिंदने ओळखली.

मिलिंद म्हणाला,

''बाबा, फिरायला जाऊ या?''

''नको, मिलिंद, आपण इथंच बसू.''

''बाबा!''

बाबांनी मिलिंदकडे पाहिले.

''एक विचारू?''

''विचार ना!''

''बाबा, मी इथं आलो. आपल्याजवळ राहिलो, पण एवढ्या
दिवसांत कधी मी श्रद्धेनं मंदिरात गेलो नाही. आरती केली नाही.
आपल्या दृष्टीनं ते चुकलं असेल. कदाचित मी पापी ठरलो असेन.''

''खुळा आहेस, मिलिंद! तसं असतं, तर तुझ्या हाती मी नंदिनीला
सोपवून दिलं नसतं. जगात पाप-पुण्याचे विचार निराळे असतील; पण
माझे तसे नाहीत. त्यांत अनुभवानं फार तफावत पडलेली आहे. गेले दहा
दिवस तू इथं आहेस, पण तू निष्ठेनं देवालयात गेलेला, देवापुढं नतमस्तक
झालेला मी पाहिला नाही, हे खरं आहे; पण तसं तू केलं नाहीस, म्हणून
तुझ्या हातून पाप घडलं, असं मी का म्हणावं? तुझं श्रद्धास्थान निराळं
असेल. म्हणून का तू पापी? तुझ्याविरुद्ध माझं आहे. मी या वीस वर्षांत
या मूर्तीशी एवढा बद्ध झालो आहे, की मला त्याखेरीज काही सुचत नाही.

तिचं दर्शन घडलं नाही, तर चुकल्यासारखं वाटतं. त्या गोविंदाला पाहत असताना देहभान हरपतं. ते माझं श्रद्धास्थान आहे. मिलिंद, जे करताना मन उंचावतं, समाधान पावतं, ते पुण्य; आणि जे करताना मन खालावतं, संकोच पावतं, ते पाप, हा साधा सरळ अर्थ मी लावतो.''

"मग हे ध्यान, जप, तप कशासाठी? हे सारं खोटंच?''

"खोटं कसं? श्रद्धास्थान निश्चित झालं, की आपोआप ध्यान, जप, तप... सारं काही येतं. श्रद्धास्थानाचं निश्चित रूप ज्ञात होण्यास याची मदत होते. मनाची एकाग्रता तिथं साधते. मन तिथं आवरलं जातं.''

"मन मारणं म्हणजेच साधना, तर?''

"मारणं नव्हे. आवरणं. तुझ्या प्रेमाची वस्तू तुला मिळाली आहे. ती तू जतन करशील. तिला तडा जाऊ देणार नाहीस, यात मला शंका नाही; पण ज्यांना हे भाग्य लाभलं नाही, त्यांना निर्जीव मूर्तीत जीव ओतून हे समाधान मिळवायचं असतं. त्यांना हे मनाचे बंधारे हवेत, चाकोऱ्या हव्या. नदीला बांध नसेल, तर पुराचं प्रमत्त पाणी जसं सैरावैरा धावून काठांवरच्या पिकांचा उच्छाद करून टाकतं, तशीच या मनाला बंधनं नसतील, तर ह्या ऊर्मी मोकाट सुटण्याचा संभव असतो. मानव आणि इतर प्राणी यांमध्ये हाच फरक आहे. प्राणी आपल्या भावना येतील तशा, हव्या तशा व्यक्त करीत असतात, तर मानव विचारांच्या साहाय्यानं त्या भावनांचा सुसूत्र पद्धतीनं आविष्कार करण्याचा प्रयत्न करीत असतो. नाही तर तू माझ्याजवळ नंदिनीला मागणी कशाला घातली असतीस?''

"पण त्यात काही चुकलं, असं नाही वाटत आपल्याला?''

"का?''

"एवढ्या अल्प परिचयात...''

"परिचय अल्प आणि दीर्घ नसतोच मुळी! दोन मनांची पुरी ओळख जिथं होते, तिथं मी एकमेकांकडे आकर्षिली जातातच मुळी! ही शक्ती अफाट सामर्थ्यदायी आहे. नदी सागराला मिळते, ती कोणत्या परिचयानं? वीस वर्षांपूर्वी मी इथं फिरत फिरत आलो. या मूर्तीपेक्षा अनेक सुंदर मूर्ती, अनेक सुंदर जागा मी पाहिल्या; पण तिथं माझं मन रमलं नाही. ही मूर्ती पाहिली आणि मी जिंकलो गेलो. हे का घडलं?''

"ही देवाची श्रद्धा मानवांना कशी लागू होणार?''

"का नाही? तू तुझं घरदार सोडून इथं भटकत आलास. तुला माहीत

होतं, नंदिनी इथं भेटणार, म्हणून? मग तू आडवाट करून इथंच का आलास? कसल्या ओढीनं तू फिरत होतास? याचा अर्थ कळेनासा झाला, की आपण त्याला दैवयोग म्हणतो. असे अनेक दैवयोग दिसत असतात. त्यांचा अर्थ लावता आला, तर लावावा. मिलिंद, अरे मीराबाईनं विष प्राशन केलं, तेव्हा कृष्णाचा कंठ निळा झाला ना? मजनूच्या पाठीवर बसलेले मार लैलाच्या पाठीवर वळाच्या रूपानं उमटले ना? या दोन्हींमध्ये मला काही फरक वाटत नाही. प्रेमसाफल्य हेच जीवन! मग ते व्यक्तीच्या वा मूर्तीच्या रूपानं प्रकट होवो. असं सांगतात की, मजनूसमोर एकदा देव प्रकटला. तो म्हणाला, 'अरे, तू माझी का उपासना करत नाहीस? एका सामान्य स्त्रीच्या प्रेमासाठी का सारं जीवन उद्ध्वस्त करतोस?' त्यावर दिवाणा मजनू म्हणाला, 'तू अल्ला असशील, पण मला त्याचं काय? मला लैलाखेरीज काहीही दिसत नाही. तुझ्याकडे पाहायचीदेखील माझी इच्छा नाही. जर तू माझ्यासमोर लैलेच्या रूपानं प्रकट झालास, तर ती गोष्ट निराळी होती. तसं झालं असतं, तर मी तुझ्या पायांवर मस्तक ठेवलं असतं. डोळे भरून तुला पाहिलं असतं. माझ्या हृदयात तुला सामावून घेतलं असतं; पण तू लैला नाहीस, सामान्य खुदा आहेस.' याबद्दल रसखानीनं काय म्हटलंय्, बघ...

'अकथ कहानी प्रेमकी जानत मजनूँ खूब
दो तनहूँ जहँ एक थे मन मिलाय महबूब ।' "

"म्हणूनच त्यांना जगानं वेडं ठरवलं आणि दगडानं ठेचलं." मिलिंद म्हणाला.

"वेडे!" बाबा हसून म्हणाले. "मिलिंद, या जगात सांगितली जाते, ती वेड्यांचीच कहाणी. हे सारे संत, कलावंत, शास्त्रज्ञ हे कुठल्या ना कुठल्या वेडानंच प्रेरित झाले होते ना? अनयाच्या राधिकेला कृष्णाचं वेड होतं. मीरेला कृष्णाचं, लैलेला मजनूचं. ही सारी माणसं वेडी! मग शहाणी कोण?"

नंदिनीच्या आगमनाने बाबा थबकले.

त्यांनी पाहिले,

नंदिनी दिवा ठेवीत होती.

तिने बाबांच्याकडे पाहिले व ती म्हणाली,

"बाबा, आरतीची आठवण आहे ना?"

"वा, बेटी, नाही कशी? बोलता बोलता रात्र कशी झाली, तेही कळलं नाही." मिलिंदकडे पाहत डोळे मिचकावत ते म्हणाले, "आरतीची आठवण कदाचित तू विसरली असशील, पण मला कशी विसरता येईल!"

"चला, बाबा, तुम्हीही थट्टा करू लागलात."

नंदिनीच्या पाठमोऱ्या आकृतीकडे पाहत दोघेही हसले.

आरती झाल्यानंतर मिलिंदने विचारले,

"बाबा, मग आपण उद्या निघू."

"हो! जरूर निघा."

"म्हणजे? आपण येणार नाही?"

"मी? नाही, बेटा, मी कुठं जाणार नाही."

"पण, बाबा, तुम्ही मला परके नाही. देवकृपेनं सारं आहे..."

"ते नीट उपभोगा. पण, मिलिंद, जे तू शोधत होतास, ते प्रेमाचं ठिकाण तुला मिळालं. नंदिनीला मिळालं. पण अद्याप माझं ठिकाण मला गाठायचं आहे. या गोविंदाला बोलकं करून त्याच्यावर सारं सोपवून द्यायचं आहे. नंदिनीची काळजी होती. त्यातून त्यानं मोकळं केलं. आता कसलेच पाश राहिले नाहीत. आता मुक्काम फार दूर नसावा, याची मला जाणीव होऊ लागली आहे."

"पण, बाबा, तुम्ही एकटे..." नंदिनी म्हणाली.

"एकटा आणि मी? बघ ना समोर! याचा भक्त कधी एकटा राहतो का? तो माझी काळजी घेतो. बेचैन झालो, की तुझ्यासारखी माणसं पाठवतो. त्यांना त्याचंच स्वरूप समजतो. ज्यानं तुझी, मिलिंदची, राहुलची काळजी वाहिली, तो माझी वाहणार नाही? जा, भोजन आटोपून घ्या. उद्या प्रवास आहे."

तिघे मंदिराच्या बाहेर आले. तेव्हा एक व्यक्ती बाहेरच्या प्रवेशद्वारातून आत आली. बाबांनी विचारले,

"कोण?"

"मी... माथुर!" पुढे येऊन बाबांचे पाय शिवत तो म्हणाला.

"का, रे बाबा? एवढ्या रात्री का आलास? सगळी ठीक आहेत ना?''

"आहेत, बाबा, आपल्या आशीर्वादानं!''

"मग का आलास?''

"वाटलं भेटावं, म्हणून आलो, बाबा.''

"छान! नंदिनी, याला वाढ. पाहिलंस, मिलिंद, गोपाळ केवढी काळजी वाहतो, ते.''

मिलिंदला काही समजले नाही. तो प्रश्नार्थक नजरेने बाबांच्याकडे पाहत राहिला. बाबा हसून म्हणाले,

"अरे, उद्या तुम्ही जाणार! नंदिनीचं सामान कोण नेतो, याचा मी विचार करीत होतो आणि तोच हा माथुर आला. माथुर, उद्या ते जाणार, बरं का?''

"आणि मैय्याजी पण?''

"हो!''

"माथुर, उद्या सकाळी लवकर उठून तू दोन इसमांना घेऊन ये. उद्या यांना थेट हरिद्वारपर्यंत पोहोचवायला हवं.''

"जी!''

सकाळी मिलिंदने बाबांची चौकशी केली.

नंदिनी म्हणाली,

"बाबा फिरायला गेले. सामानाची आवराआवर करून ठेवायला सांगितलंय् त्यांनी. सहसा कधी आरतीनंतर बाबा बाहेर जात नाहीत.''

"बाबा का गेलेत, ते मला माहीत आहे.''

"का?''

"तू सामानाची आवराआवर कर. फार काही घेऊ नकोस. वाटेपुरतं झालं, तरी पुष्कळ.''

राहुल मिलिंदला सारखे प्रश्न विचारीत होता. 'कुठं जाणार? तिथं काय आहे? कसं आहे?' त्याच्या प्रश्नांची उत्तरं देता देता मिलिंदचा जीव मेटाकुटीला आला होता.

जेवण आटोपून सारी प्रवासाची सिद्धता झाली.

दोघे बाबांचा निरोप घ्यायला गेले.

बाबा डोळे मिटून स्वस्थ बसले होते.

मिलिंदकडे पाहत ते म्हणाले,

"झाली तयारी?"

"हो!"

"चला."

बाबा उठले. त्यांच्यापाठोपाठ नंदिनी, मिलिंद, राहुल जात होते. बाबांच्या पाठोपाठ सारे मंदिरात गेले. राहुल, नंदिनी, मिलिंद पुढे आले आणि जमिनीला मस्तक लावून ते पाया पडले. नंदिनी बाबांच्या पाया पडू लागली. बाबांनी नंदिनीला छातीशी कवटाळले. बाबा-नंदिनी हुंदके देऊन अश्रू ढाळीत होते.

स्वतःला सावरीत बाबा म्हणाले,

"मुली, माझी ही अवस्था, तर त्या कण्वाची काय झाली असेल? रडू नकोस. नदी समुद्राला मिळावी, हेच ठीक. पर्वताला तिनं विसरावं. तू सुखी होशील, यात मला एवढाही संशय नाही..."

मिलिंद पुढे झाला. त्याने बाबांचे पाय शिवले.

त्याला उठवून आपल्या मिठीत घेत बाबा म्हणाले,

"मिलिंद! ही नंदिनी, पर्वतकन्या, तुझ्या हवाली करीत आहे. हिला जप. त्यात तुझं सारं सुख साकार होईल, हा माझा तुला आशीर्वाद आहे."

"बाबा, आता आपली पुन्हा भेट..."

"त्याचा भरवसा धरू नये. ते गोपालाच्या हाती. पुन्हा भेट होईल, असं वाटत नाही. त्यामुळं काही बिघडणार नाही. माणसांची मनं एकरूप झाली, की ती शरीराच्या केवढ्याही अंतरानं दूर केली जात नाहीत. जिवलग मित्राच्या कोशात 'दूर' हा शब्द असूच शकत नाही."

बाबांनी राहुलचे चुंबन घेतले. त्याला कडेवर घेऊन ते बाहेर आले.

सामान उचलले गेले.

नंदिनीचे अश्रू अद्याप थांबले नव्हते.

बाबांनी परत तिला जवळ घेतले. तिचे अश्रू टिपले.

मिलिंद डोळे टिपीत म्हणाला,

"बाबा, येतो आम्ही."

बाबांचा कंठ दाटून आला होता. ते कसेबसे म्हणाले,

"मिलिंद, एकदा श्रीकृष्णाला भेटायला सुदामा आला होता. जेव्हा

निरोप घेण्याची वेळ आली, तेव्हा सुदामा म्हणाला, 'येतो, कृष्णा...'
कृष्ण म्हणाला, 'मित्रा सुदामा, तुला कसा निरोप देऊ? जाऊ नको,
म्हटलं, तर ते अमंगल आहे. जा, म्हटलं, तर स्नेहाला बाध येतो.
राहा, म्हटलं, तर प्रभुत्व गाजवल्यासारखं होतं. मनाला येईल, तसं
कर, म्हटलं, तर उदासीनता दिसते. अशा वेळी मी काय म्हणू? मला
काही सुचत नाही. एवढं म्हणावंसं वाटतं –

    'स्मर्तव्या वयमादरेण भवता यावत् पुनर्दर्शनम् ।'

    "पुन्हा भेट होण्याचा योग येईपर्यंत ज्या ज्या वेळी माझी आठवण
येईल, ती आदरयुक्त भावानं, स्नेहाच्या आठवणीनं यावी, यापलीकडे
मी काय निरोप देणार?''

    तिघे बाहेर पडले.

    सामान घेऊन माणसे पायऱ्या उतरत होती.

    पाठोपाठ मिलिंद, नंदिनी, राहुल जात होते.

    बाबा प्रवेशद्वारापाशी काही क्षण उभे असलेले दिसले आणि आत
गेले.

    अर्ध्या पायऱ्यांवर येताच नंदिनी थांबली.

    मिलिंदने चमकून वर पाहिले.

    ...मंदिरातल्या घंटेचा नाद वातावरणात घुमत होता.

                                            ■

www.ingramcontent.com/pod-product-compliance
Lightning Source LLC
Chambersburg PA
CBHW051930240626
47153CB00004B/1433
* 9 7 8 8 1 7 7 6 6 3 3 4 1 *